东南亚国家语言口语丛书

丛书总主编　黄天源
分 册 主 编　覃秀红

新编 泰国语口语

XINBIAN TAIGUOYU KOUYU

修订版

（泰中对照）

原书编者　覃秀红　游辉彩
审　　订　（泰国）巴蘋·马努迈威汶
修 订 者　覃秀红 黎春晓

广西教育出版社
南宁

❋ 修订版说明 ❋

  岁月如梭。转眼间，2004 年 10 月《新编泰国语口语》出版至今已经 11 年了。承蒙广大读者厚爱，本书多次再版，成为学习和使用泰国语口语的标杆性书籍之一。

  时代在进步，社会在发展，科技不断创新，语言也随之产生变化，出现了大量的新情景及与之相应的词汇、句型和表达方式。为了适应这一情势，根据出版社的部署，我们耗费了一年多的时间，对《新编泰国语口语》进行了修订和补充。

  《新编泰国语口语》（修订版）仍然保留我（原书主编）原来写的汉语基本框架，坚持采用典型例句的形式，而不是传统口语书一问一答的老套路，但是在每一课的正文前增加了"常用词语和句型"一项，便于读者掌握重点，学习关键词语，熟记各种句型。课文后面还有补充词汇，供读者用以置换正文句例中的词语，生成更多的新句子，使本书起到事半功倍的作用。本书所做的改动，就是将正文两大部分的标题进行调整，使之更加通俗，更加贴近生活。

  本书正文增加了很多内容，使全书的容量扩充了三分之一还多。新增加的内容涉及社会（如法律）、生活（如维修）和高新科技（如网购、数码产品、智能手机）等。我们想，在原书基础上新增加了这些与日常生活息息相关的内容，只要好好掌握，就基本上能保证读者在日常生活和工作中跨越语言障碍，与外国人进行有效的沟通。

  本书后面仍然附有"泰国概况"，但其内容已根据最新资料进行了更新。

　　《新编泰国语口语》（修订版）适合在校学生作为教材使用，也可供社会各界人士在国内或者出国时使用。

　　我们还要感谢广西教育出版社有限公司孙梅、陈文华以及宋志寿老师等，他们对本书做了大量具体的修订工作。

黄天源

使用说明

1. 句末出现的 คะ ค่ะ ครับ 是语气助词，表示尊重和礼貌。用法如下：

คะ 女性使用，用于问句句末。

ค่ะ 女性使用，用于陈述句句末或应答。

ครับ 男性使用，用于句末或应答。

2. 泰国社会的等级制度很严格，泰语中人称代词的选用充分体现了这一点。说话时要根据双方的身份、地位等关系来选用人称代词。常用的人称代词有：

ข้าพเจ้า　我（男女均可用）　用于正式场合发言时。

กระผม　我（男用）　用于较正式的场合或与尊敬的长辈对话时。

ผม我（男用）　用于一般人之间，显得有礼貌，用得较广泛。

ดิฉัน　我（女用）　用于较正式的场合或与尊敬的长辈对话时。

ฉัน　我（男女均可用）　一般人使用。

เรา①我（男女均可用）　长辈的自称，或用于非正式场合亲密朋友间的自称。

②我们（男女均可用）　一般人使用。

หนู　①我（女用）　小孩或女性晚辈与长辈或资格老的人对话时的自称。

②你　长辈对女性晚辈的称呼。

ท่าน　①您　晚辈对长辈的称呼，或口头上、书面上对众人的称呼。

②他、她　一般人称呼僧侣、贵族、长辈，表示尊敬。

คุณ　你、您　一般人之间的称呼，身份无高低之分。

เธอ　①你　长辈对晚辈的称呼，或女性朋友、平辈朋友间的称呼。

②他、她　礼貌地称呼别人，敬意不如称呼"ท่าน"。

เขา　他、她、他们、她们 称呼一般人。

3. 正文中符号的使用：

（　）　　1）列出可置换前面画线部分的词或句，表示同义。

如：

ผมขอบิล (ใบเสร็จ)ด้วย
给我开一张发票。

2）说明使用场合，并且括号里的字用斜体字表示，如：

สวัสดีค่ะ ท่านผู้มีเกียรติทั้งหลาย
各位贵宾好！（*正式场合发言前用*）

3）列出汉语中的不同翻译法。如：

นี่คือคุณอู๋ ผู้จัดการของบริษัทเราค่ะ
这位是我们公司的经理吴先生（女士）。

/ 引出可置换词，但不同义。如：

คุณต้องรอ อย่างน้อย / อย่างมาก X วัน
您起码 / 最多等待 X 天。

画出可置换或与括号内容同义的词或句。如：

เชิญทานอาหารว่าง/ผลไม้
请吃点心 / 水果。

มีมัคคุเทศก์(ไกด์)ที่พูดภาษา X ไหมครับ
有 X 语的导游吗?

สารบัญ

❋ 目　录 ❋

ภาคที่ ๑ สำนวนการสื่อสารทั่วไป
第一部分　常用交际口语

ภาคที่ ๒ สำนวนในการทำงานและชีวิตประจำวัน
第二部分　工作与生活常用口语

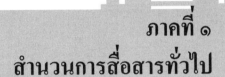

ภาคที่ ๑
สำนวนการสื่อสารทั่วไป

第一部分
常用交际口语

การทักทาย
问 候

วลีและรูปประโยค
常用词语和句型

ไทย	中文
สวัสดี	您好
อรุณสวัสดิ์	早上好!
...สบายดีไหม	……（身体）好吗?
ช่วงนี้...เป็นอย่างไรบ้าง	最近……怎么样?
ขอฝากสวัสดี...	请代我向……问好
ขอฝากความคิดถึงถึง...	请转达我对……的思念
...พอไปไหว	……还行
การเดินทางเป็นอย่างไร	一路上都好吧?

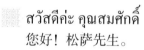 สวัสดีค่ะ คุณสมศักดิ์
您好! 松萨先生。

คุณสบายดีไหมคะ
您好吗?

แล้วคุณสบายดีหรือครับ
你好吗?

อรุณสวัสดิ์
早上好!

ราตรีสวัสดิ์
晚安!

สวัสดีค่ะ ท่านผู้มีเกียรติทั้งหลาย
各位贵宾好! （*正式场合发言前用*）

สวัสดีจ้ะ
你好! （*非正式场合, 熟悉的平辈间或长辈对晚辈用*）

ไม่ได้พบกันมานานแล้ว หมู่นี้เป็นอย่างไรบ้างคะ
好久不见, 最近怎么样? （*用于正式场合*）

ไม่ได้เจอกันตั้งนาน หมู่นี้เป็นอย่างไรบ้างครับ
好久不见, 最近怎么样? （*用于非正式场合*）

ช่วงนี้ ธุรกิจเป็นอย่างไรบ้างคะ
最近生意怎么样?

ทางบ้านคุณสบายดีกันทุกคนใช่ไหมคะ
您的家人都好吗?

ฝากสวัสดีคุณ X ด้วยนะครับ
请替我向X问好。

ฝากความคิดถึงถึงคุณ X ด้วยนะครับ
请向X转达我的思念。

การเดินทางเป็นอย่างไรคะ
一路上都好吧?

คำตอบ

回 答

ฉันสบายดีค่ะ ขอบคุณ
我很好, 谢谢!

การค้ายังพอไปไหวครับ
生意还行。

การเดินทางราบรื่นดีค่ะ ขอบคุณค่ะ
一路上都很顺利，谢谢！

ศัพท์เพิ่มเติม

补充词汇

ท่านทั้งหลาย 大家，各位　สุขภาพ 健康状况　แข็งแรง 强壮，健康
ไม่เลว 不错　สุข 幸福

การต้อนรับ

接　待

วลีและรูปประโยค

常用词语和句型

ทำตัวตามสบาย	随便（一点）
ไม่ต้องเกรงใจ	不必客气
ยินดีที่ได้พบกับ...	见到……很高兴！
เชิญนั่ง/ดื่มน้ำ	请坐/喝水
รู้สึกเป็นเกียรติ/ยินดี	觉得很荣幸/高兴
กรุณาบอกผม/หนู	劳驾告诉我
ในฐานะ/ในนาม...	谨代表……/以……名义
ได้รับเชิญจาก...	应……邀请

การต้อนรับอย่างไม่เป็นทางการ

非正式场合接待

ฝ่ายต้อนรับ

接待方

มา เข้ามานั่งสิ
来，进来坐吧。

เชิญนั่งสิคะ
请坐吧。

ขอให้ทุกคนทำตัวตามสบาย เหมือนอยู่บ้านตัวเองนะคะ
请大家随便一点，就像在自己家里一样。

ยินดีต้อนรับครับ เชิญข้างในเลยครับ
欢迎欢迎，里边请。

ดีใจมากที่ได้พบกันอีกครั้งนะครับ
很高兴又见面了。

ยินดีมากที่ได้พบคุณค่ะ
很高兴见到您！

ท่านจะดื่มอะไรดี
您喜欢喝什么？

เชิญดื่มน้ำก่อนสิคะ
请先喝水吧！

เชิญรับกาแฟค่ะ
请喝咖啡。

เชิญทานของว่าง / ผลไม้ครับ
请吃点心/水果。

ขอบคุณมากที่อุตส่าห์มาเยี่ยม
谢谢您特地来访。

คำตอบ
回 答

ค่ะ ขอบคุณค่ะ
好的，谢谢。

ผมรู้สึกเป็นเกียรติอย่างยิ่งที่มีโอกาสได้มาเยือนครับ
有机会来访，我觉得很荣幸。

การต้อนรับอย่างเป็นทางการ
～ 正式场合接待 ～

ฝ่ายต้อนรับ
接 待 方

ขอโทษค่ะ คุณศรชัย ใช่ไหมคะ
对不起，您是宋猜先生吗？

ผมชื่อหวังเหวิน จากบริษัทเกาซินครับ ผมมารับท่านครับ
我是高新公司的王文，我来接您。

ท่านประธานได้มอบหมายให้ผมเป็นตัวแทนมาต้อนรับท่านที่สนามบินครับ
主席先生委托我代表他来机场接您。

ผมรู้สึกยินดีมากที่มาเป็นล่าม/มัคคุเทศก์ให้ท่านระหว่างที่ท่านอยู่ประเทศ
จีนครับ
您在中国逗留期间，我很高兴为您当翻译/导游。

หวังว่าท่านคงมีความสุขระหว่างที่อยู่ประเทศจีนค่ะ
希望您在中国逗留期间过得愉快。

ผมเป็นล่ามของท่าน หากมีปัญหาอะไร กรุณาบอกผมด้วย ไม่ต้องเกรงใจนะครับ
我是您的翻译，有什么事请告诉我，别客气。

หากมีอะไรให้รับใช้ กรุณาบอกผมด้วย ไม่ต้องเกรงใจนะครับ
如果有什么我可以效力的，请告诉我，不必客气。

หากท่านมีความต้องการหรือความคิดเห็นอะไร กรุณาบอกผมด้วยนะครับ
如果您有什么要求和意见，请告诉我。

ยินดีต้อนรับมิตรทุกท่านที่ได้มาร่วมงานนิทรรศการของเราครับ
热烈欢迎各位朋友来参加我们的博览会。

ในฐานะตัวแทนของเทศบาลและตัวผมเอง ขอต้อนรับทุกท่านอย่างจริงใจ
我谨代表市政府，并以我个人的名义，向你们表示热烈的欢迎。

ยินดีมากที่มีโอกาสต้อนรับท่านทั้งหลาย
我很高兴能有机会接待你们。

ผมขออวยพรให้ทุกท่านมีความสุขระหว่างที่อยู่ X
我祝你们在X地逗留期间生活愉快。

บริษัทเรารู้สึกเป็นเกียรติอย่างยิ่งที่ได้มีโอกาสต้อนรับคณะผู้แทนของท่าน
能有机会接待贵代表团，我们公司感到无比荣幸。

งานต้อนรับของเรา หากมีผิดพลาดหรือขาดตกบกพร่องประการใด
ต้องขออภัยด้วยนะคะ
我们的接待工作如果有不足之处，还请您多多原谅。

คำตอบ

回 答

การมาเยี่ยมเยือนครั้งนี้ ทางเรารู้สึกเป็นเกียรติอย่างยิ่งครับ
这次访问使我们深感荣幸。

ขอขอบพระคุณที่ฝ่ายคุณต้อนรับเป็นอย่างดี
谢谢你们的盛情款待。

คณะผู้แทนนครหนานหนิงมาเยือนประเทศไทยโดยได้รับเชิญจาก
ผู้ว่าราชการจังหวัดขอนแก่น
南宁市代表团应孔敬府府尹的邀请访问泰国。

ศัพท์เพิ่มเติม
补 充 词 汇

ห้องรับแขก 客厅，接待室　โซฟา 沙发　เก้าอี้ 椅子　น้ำชา 茶水
ถ้วยน้ำชา 茶杯　ช่อดอกไม้ 花束　เพื่อนร่วมงาน 同事

การแนะนำ

介 绍

วลีและรูปประโยค

常用词语和句型

ขอแนะนำตัวเอง	介绍我自己
แนะนำให้รู้จักกับ...	介绍认识……
คุณชื่ออะไร	你叫什么名字?
ดิฉัน/ผมชื่อ...	我名字叫……
ท่านนี้คือ/นี่เป็น...	这位是……
ยินดี/เป็นเกียรติอย่างยิ่งที่ได้รู้จักกับ...	很高兴/荣幸认识……
ยินดีเช่นกัน	我也同样高兴

ผมขอแนะนำตัวเองครับ
请允许我自我介绍。

ผมขอแนะนำตัวเองหน่อยนะครับ ผมชื่อ X ครับ
我来做自我介绍，我叫X。

ขอให้ทุกท่านโปรดแนะนำตัวเองครับ
请各位做自我介绍。

เพื่อให้ทุกคนได้รู้จักกัน ก่อนอื่น ขอให้ทุกท่านโปรดแนะนำตัวเองด้วยค่ะ
为了使各位互相认识，首先请大家做个自我介绍。

ดิฉันชื่อวาณี ปั้นน้อย เป็นบรรณารักษ์ / ครูค่ะ
我叫娃妮・本内，是图书管理员/老师。

นี่เป็นนามบัตรของผมครับ

这是我的名片。

ขอโทษค่ะ ไม่ทราบว่าจะเรียกคุณอย่างไรดีคะ

对不起，请问怎么称呼您呢？

คุณชื่ออะไรคะ

你叫什么名字？

นี่คือพี่สาวคนโตของผมครับ

这是我大姐。

ขอแนะนำให้คุณรู้จักกับคุณ X ครับ

请让我给你介绍X先生（女士）。

ดิฉันขอแนะนำค่ะ ท่านนี้คือคุณอู๋ ผู้จัดการของบริษัทเรา

我来介绍，这位是我们公司的经理吴先生（女士）。

ผมขอแนะนำ ท่านนี้คือคุณสุริยา การพาณิชย์ หัวหน้าคณะผู้แทน ส่วนท่าน
นี้คือคุณเฉิน กรรมการผู้จัดการใหญ่ธนาคาร X ครับ

请允许我来介绍，这位是代表团团长苏里亚·甘帕尼先生，这位是X
银行行长陈先生（女士）。

คุณรู้จักคุณสุพรรณไหมครับ

你认识素朋先生吗？

ผมขอแนะนำภรรยาของผม มานี

我来介绍我的妻子，玛妮。

นี่สามีของดิฉันค่ะ

这是我丈夫。

นี่เป็นเพื่อนร่วมงานของดิฉัน คุณสุพรรณค่ะ

这是我的同事，素朋先生。

คุณ X คะ นี่คุณ Y ค่ะ

X先生（女士），这是Y先生（女士）。

วี เราพาเพื่อนมาให้เธอรู้จักคนหนึ่ง นี่มนตรี เพื่อนร่วมชั้นของเราค่ะ
阿威，我带了位朋友来给你认识。这是蒙德里，我的同学。

คุณจางครับ มารู้จักกับเพื่อนผมสิ คุณ X
张先生，来认识我的朋友吧，这是X先生（女士）。

คุณ X ครับ ผมอยากจะแนะนำให้รู้จักกับคุณ Y ประธานบริษัทของผมครับ
X先生（女士），我想介绍我们公司的董事长Y先生（女士）给您认识。

คุณ X ครับ นี่คือเพื่อนของผมครับ คุณ Y
X先生（女士），这是我的朋友，Y先生（女士）。

คุณช่วยแนะนำผมให้รู้จักกับคุณวาณีหน่อย ได้ไหมครับ
请你介绍我认识娃妮女士，可以吗？

ผมขอแนะนำสภาพแวดล้อมที่นี่สักหน่อยครับ
我介绍一下这里的情况。

คำตอบ

回　答

ยินดีที่ได้รู้จักกับคุณ X ครับ
很高兴认识X先生（女士）。

ยินดีอย่างยิ่งที่ได้รู้จักกับท่านครับ
认识您很高兴。

เป็นเกียรติอย่างยิ่งที่ได้รู้จักกับท่านครับ
很荣幸认识您。

ผมยินดีมากที่มีโอกาสรู้จักกับคุณ X ครับ
有机会认识X先生（女士），我很高兴。

ดีใจมากที่ได้รู้จักกับคุณค่ะ
认识你很高兴。

ดีใจที่ได้พบคุณค่ะ
很高兴见到你。

ยินดีเช่นกันค่ะ
我也一样。

ดิฉันชื่อ จินตนา วิเศษผล เรียกดิฉันว่า ไม้ ก็ได้ค่ะ
我叫金达娜·卫协喷，你叫我阿迈好了。

ศัพท์เพิ่มเติม

补充词汇

ผู้อำนวยการ 主任，负责人　เลขาธิการ 秘书长，书记　นายอำเภอ 县长
ผู้ว่าราชการจังหวัด 府尹　รัฐมนตรี 部长　ผู้แทน 代表，代理人

การลา

辞别

วลีและรูปประโยค
常用词语和句型

ขอลา...	向……告辞
พบกันใหม่	再会，再见
ขอตัว/ขอลาก่อน	先告辞了
ดูแลตัวเองให้ดี	请保重，照顾好自己
เดินทางด้วยความปลอดภัย	一路平安
ขอให้โชคดี	祝好运
อย่าลืมติดต่อกันนะ	别忘了常联系

อาทิตย์หน้าผมจะกลับประเทศแล้ว จึงมาขอลาคุณครับ
下星期我就要回国了，特来向您告辞。

สายแล้ว ผมต้องไปแล้วครับ
不早了，我要走了。

สวัสดีค่ะ
再见！

ลาก่อน
先告辞了。

แล้วพบกันใหม่ค่ะ
再会。

พรุ่งนี้พบกันค่ะ
明天见。

ดิฉันต้องขอลาแล้วค่ะ
我要告辞了。

ถ้าคุณไม่มีธุระอื่นอีก ผมขอตัวนะครับ
如果您没别的事，我告辞了。

<u>พบกัน</u> (เจอกัน) เย็นนี้ค่ะ
晚上见。

ผมต้องลาละครับ
我得走了。

สวัสดีครับ แล้วพบกันที่ประเทศไทยครับ
再见，我们泰国见。

ดูแลตัวเองให้ดีนะครับ วันหลังพบกันใหม่
请保重，后会有期。

หวังว่าจะได้พบกันใหม่ค่ะ
希望还有机会见面。

ถ้าต้อนรับไม่ทั่วถึง ต้องขออภัยด้วยนะคะ
若招待不周，还请多多见谅。

เราลากันตรงนี้เลยนะคะ
我们就此告辞吧。

จะขึ้นเครื่องแล้ว สวัสดีค่ะ
要登机了，再见。

คำตอบ

回 答

ดิฉันไม่อยากจากพวกคุณไปเลยค่ะ
我真舍不得离开你们。

ขอให้คุณเดินทางโดยสวัสดิภาพค่ะ
祝您一路平安。

ขอให้โชคดีค่ะ
祝好运！

ขอให้เที่ยวให้สนุกนะคะ
祝玩得愉快！

อย่าลืมติดต่อกันนะคะ
别忘了常联系。

อย่าลืมส่งอีเมล์ติดต่อกันนะครับ
别忘了通过电子邮件联系。

ผมไปส่งที่สถานีครับ
我到车站送你。

พวกเราไปส่งคณะผู้แทนที่สนามบิน
我们到飞机场送别代表团。

ศัพท์เพิ่มเติม

补 充 词 汇

กล่าวอำลา 道别　ราบรื่น 顺利　จากกัน 分手

การเชื้อเชิญ
邀 请

วลีและรูปประโยค
常用词语和句型

ขอเลี้ยงอาหาร/ส่ง/ต้อนรับ...	请……吃饭/为……饯行/接风
ให้เกียรติ...	赏脸……
ถ้ามีโอกาส/โอกาสหน้า ...	如果有机会/下次有机会……
ไป ... ด้วยกันดีไหม	一起去……好吗?
ขอเชิญ...(ทำ)...	邀请……（做）……
เสียดายจัง/ไม่น่าพลาดเลย	真遗憾/真不巧

การกล่าวคำเชิญ
发 出 邀 请

คืนนี้คุณว่างไหมครับ
今晚你有空吗?

วันนี้คุณมีธุระอะไรหรือเปล่า
今天你有事情吗?

วันเสาร์นี้ คุณมีโปรแกรมอะไรแล้วหรือยังคะ
这个星期六你有什么安排吗?

คืนพรุ่งนี้คุณว่างไหมคะ เราขอเลี้ยงส่งค่ะ
明天晚上你有空吗? 我们想为你饯行。

ผมขอเลี้ยงคุณสักมื้อ
我想请你吃饭。

วันอาทิตย์นี้ ผมขอเลี้ยงคุณและภรรยาของคุณ ไม่ทราบว่าคุณพอจะมีเวลาว่างไหมครับ
这个星期天，我想请你和夫人吃饭，不知道你们有时间吗?

มาทานข้าวเย็นที่บ้านนะคะ
来我家吃晚饭吧。

คุณจะให้เกียรติเต้นรำกับผมได้ไหมครับ
你肯赏脸跟我跳个舞吗?

เราไปเล่นปิงปองกันดีไหมคะ
我们去打乒乓球，好吗?

ไปดื่มกาแฟด้วยกันดีไหมครับ
一块去喝杯咖啡，好吗?

คืนวันเสาร์นี้ ผมขอเชิญคุณไปชมการเต้นรำพื้นบ้านของชาวจ้วง ไม่ทราบว่าคุณจะสะดวกหรือเปล่าครับ
这个星期六晚上，我请您去观看壮族舞蹈，不知道您方不方便?

ถ้าคุณมาประเทศไทย ผมยินดีต้อนรับและจะนำเที่ยวชมสถานที่ต่าง ๆ
若你到泰国来，我非常欢迎，我可以带你到处参观。

ถ้าคุณมาปักกิ่ง ขอเชิญมาเป็นแขกที่บ้านผมนะครับ
您来北京时，请到我家做客。

ขอเชิญมาเยี่ยมชมโรงงานของเราในเวลาที่คุณสะดวกนะครับ
欢迎你在方便的时候到我们工厂来参观。

การรับคำเชิญ

接受邀请

ดีค่ะ
好啊。

ดีจังเลยค่ะ
太好了。

ผมรู้สึกเป็นเกียรติมากครับ
非常荣幸。

ขอบคุณมาก ถ้ามีโอกาส ผมจะไปเที่ยวประเทศไทยแน่ ๆ
谢谢！如果有机会，我一定去泰国玩。

เยี่ยมมาก ผมไปแน่นอน ขอบคุณครับ
那太好了，我一定去，谢谢！

การปฏิเสธ

拒 绝 邀 请

เสียดายจัง เย็นพรุ่งนี้ผมมีนัดเสียแล้วครับ
真遗憾，明天晚上我有约了。

เสียดายมาก แต่ผมไม่สามารถไปได้ครับ
很遗憾，我去不了。

ไม่น่าพลาดเลย แต่พรุ่งนี้ผมติดธุระครับ
真不巧，明天我有事。

ขอโทษค่ะ ดิฉันไปไม่ได้จริง ๆ ค่ะ
对不起，我真的去不了。

ขอโทษจริง ๆ ดิฉันไม่ว่างเลยค่ะ
真对不起，我没有空。

ขอบคุณค่ะ แต่ดิฉันไม่ว่างค่ะ
谢谢，但我没有空。

ขอบคุณค่ะ แต่ดิฉันไม่สนใจค่ะ
谢谢，但我不感兴趣。

ขอบคุณมากค่ะ แต่วันนี้ดิฉันมีนัดแล้ว ไว้โอกาสหน้าดีไหมคะ
谢谢！但我今天已经有约了，改天吧，好吗？

อย่าเลย ดิฉันไม่อยากไปค่ะ
不了，我不想去。

ศัพท์เพิ่มเติม
补 充 词 汇

อาหารเย็น 晚餐　ดินเนอร์ 宴会　แผน 计划
ดูหนัง 看电影　เลี้ยงต้อนรับ 接风

การขอบคุณ
致 谢

วลีและรูปประโยค
常用词语和句型

ขอบคุณที่...	谢谢你……
ขอบคุณสำหรับ...	谢谢你的……
ในนาม... ขอขอบพระคุณ...	代表……对……表示感谢
ไม่ต้องเกรงใจ	不要客气
ยินดี	不用谢
ต้อนรับอย่างอบอุ่น	热情接待
ยินดีรับใช้...	乐意为……效劳

ขอบคุณค่ะ
谢谢！（*用于一般人之间或晚辈对长辈*）

ขอบใจจ้ะ
谢了！（*用于长辈对晚辈或平辈之间*）

ขอบใจมากนะ
多谢！（*用于长辈对晚辈或平辈之间*）

ขอขอบพระคุณมากครับ
非常感谢！（*用于晚辈对长辈或对高级官员或尊贵的客人*）

ขอขอบพระคุณอย่างสูง
致以深深的谢意！

ขอบคุณทุกท่านมากครับ
谢谢各位!

ขอบคุณที่คุณเป็นห่วง
谢谢你的关心!

ขอบคุณที่คุณต้อนรับอย่างอบอุ่น
谢谢你的热情接待!

ขอบคุณสำหรับอาหารมื้อนี้ครับ
谢谢你的这顿饭。

ขอบคุณที่ช่วยเหลือครับ
谢谢你的帮助!

ขอบคุณสำหรับของฝากของคุณครับ
谢谢你的礼物。

ขอบคุณที่ให้กำลังใจครับ
谢谢你的鼓励。

ขอบคุณมากที่ช่วยพาผมไปชมสถานที่ต่าง ๆ ครับ
谢谢你带我参观了很多地方。

ในนามของบริษัท ผมขอขอบพระคุณท่านครับ
我代表公司向您表示感谢!

ขอขอบคุณที่ได้ให้เกียรติมาร่วมงานในวันนี้ค่ะ
谢谢您肯赏脸来参加今天的宴会。

คำตอบ

回 答

ยินดีครับ
不用谢!

ไม่เป็นไรหรอกค่ะ
没什么。

ด้วยความยินดีค่ะ
非常荣幸！

ยินดีที่ได้รับใช้ท่านครับ
很愿意为您效劳。

ไม่ต้องเกรงใจครับ
不要客气。

เป็นหน้าที่ของผมครับ
那是我应该做的。

ไม่เป็นไรครับ ยินดีที่ได้ช่วยเหลือคุณครับ
不用谢，很高兴能为您服务。

ไม่ต้องเกรงใจครับ ผมยินดีช่วยต่อไปเท่าที่จะช่วยได้ครับ
不必客气，我愿意继续尽力给予帮助。

ศัพท์เพิ่มเติม
补充词汇

ซึ้งใจ 感动　อุตส่าห์　努力　หน้าที่ 职责
ควร 应该　เล็กน้อย 少许，一点

การอวยพร
祝 福

วลีและรูปประโยค
常用词语和句型

ยินดีด้วยที่...	恭喜……
ขอให้...	祝……，恭祝……
สมความปรารถนาทุกประการ	万事如意
ทำมาค้าขึ้น	生意兴隆
เงินทองไหลมาเทมา	财源滚滚
เดินทางโดยสวัสดิภาพ	一路平安
ขอให้... มีความสุข	祝……幸福
ดื่มเพื่อ...	为……干杯
ร่วมดื่มอวยพรแด่...	举杯共祝……

▨ ยินดีด้วยที่ได้ตำแหน่งใหม่ครับ
恭喜你到新的岗位工作！

▨ ยินดีด้วยที่ได้เลื่อนตำแหน่งครับ
恭喜你得到晋升！

▨ ขอให้มีความเจริญก้าวหน้าในหน้าที่การงาน
祝你工作顺利，事业有成！

▨ ขอให้คุณทั้งสองจงมีชีวิตครอบครัวที่ดีงาม
祝你们婚姻生活美满！

ขออวยพรให้คู่บ่าวสาวรักกันนาน ๆ อยู่คู่กันไปจนแก่เฒ่า
祝新郎新娘永远恩爱，白头偕老！

ในโอกาสที่เป็นวันดีและวันมงคลนี้ ขออวยพรให้คู่บ่าวสาว จงครองรักครอง
เรือนร่วมกันด้วยความหวานชื่นราบรื่น และมีความสุขสมบูรณ์ตลอดไป
在这大喜的日子里，祝新郎新娘永结同心，幸福美满！

สุขสันต์วันเกิดนะคะ
生日快乐！

ขอให้สุขภาพแข็งแรง
祝你身体健康！

ขอให้อายุมั่นขวัญยืนครับ
祝健康长寿！

ขอให้สมความปราถนาทุกประการครับ
万事如意！

ขอให้ทำมาค้าขึ้น เงินทองไหลมาเทมาครับ
生意兴隆，财源滚滚！

ไชโย ไชโย ไชโย
干杯！万岁！万岁！（*在干杯时的欢呼语*）

ก่อนอื่น ในนามของเทศบาล ข้าพเจ้าขอต้อนรับคณะผู้แทนไทยด้วยความจริง
ใจครับ
首先，我代表市政府向泰国代表团表示热烈欢迎。

ผมขอให้ทุกท่านมีความสุขระหว่างที่อยู่ประเทศจีนครับ
我祝各位在中国生活期间过得愉快。

ผมขอเสนอให้ทุกคนร่วมดื่มเพื่อมิตรภาพของเราครับ และขอให้คุณหวัง
และภรรยาเดินทางโดยสวัสดิภาพครับ
我提议为我们之间的友谊干杯，并祝王先生夫妇一路平安！

ขอเชิญดื่มเพื่อมิตรภาพของเราครับ
请为我们的友谊干杯！

ขอให้ความสัมพันธ์ความร่วมมือระหว่างเราจงแน่นแฟ้นและพัฒนา
ยิ่ง ๆ ขึ้นครับ
愿我们之间的合作关系不断巩固和发展！

ขอเชิญท่านผู้มีเกียรติทั้งหลายร่วมดื่มอวยพรแด่ X ครับ
请各位贵宾为X干杯！

ขอให้มิตรภาพจีน-ไทยจงสถิตสถาพรสืบไป
祝愿中泰友谊万古长青！

ข้าพเจ้าขอเชิญท่านผู้มีเกียรติในที่นี้ ดื่มเพื่อสุขภาพของทุกท่านครับ
我提议在座的各位贵宾为健康干杯！

คำตอบ
回 答

ขอบคุณครับ
谢谢！

ขอให้คุณมีความสุขเช่นกันค่ะ
也祝你幸福快乐！

ศัพท์เพิ่มเติม
补 充 词 汇

รินเหล้า 斟酒　ประสบความสำเร็จ 获得成功　โตวันโตคืน 快快长大
ยกแก้ว/ชูแก้ว 举杯　หายวันหายคืน（病情）日益好转

การแสดงความเสียใจ
吊唁

วลีและรูปประโยค
常用词语和句型

ขอแสดงความเสียใจ	表示慰问
รู้สึกเสียใจอย่างยิ่ง	深感悲痛
ขอแสดงความเสียใจกับ...	谨向……表示哀悼
ขอให้ดวงวิญญาณ...จงสู่สุคติ	愿……灵魂能安渡乐土
ขอกราบขอบพระคุณที่...	十分感谢……

ดิฉันขอแสดงความเสียใจกับการจากไปอย่างกะทันหันของคุณ A ด้วยนะคะ
为A的突然离去，我表示悲痛。

เรารู้สึกเสียใจอย่างยิ่งต่อการจากไปของคุณ A ค่ะ
我们对A先生的逝世深感悲痛。

เรารู้สึกเสียใจมากที่คุณต้องสูญเสียญาติไปค่ะ
我们对您失去亲人感到十分悲痛。

ดิฉันขอแสดงความเสียใจด้วยค่ะ
我谨向您表示诚挚的哀悼。

ขอแสดงความเสียใจต่อครอบครัวของคุณ A และขอให้ดวงวิญญาณ
ของผู้จากไปจงสู่สุคติ
谨向A先生的家庭表示衷心的慰问，并希望逝者的灵魂能安渡乐土。

ผมขอแสดงความเสียใจต่อการจากไปของคุณ A ท่านเป็นคนดีซึ่งหาได้ยากในสังคมและเป็นแบบฉบับให้กับคนรุ่นต่อ ๆ ไป
我对 A 先生的去世表示哀悼，他是社会上少有的好人，是后来人的榜样。

คำตอบ

回答

ขอกราบขอบพระคุณทุกท่านครับ
谢谢你们!

พวกเราขอกราบขอบพระคุณที่ทุกท่านมาร่วมงาน
我们十分感谢各位来参加葬礼!

ขอบพระคุณสำหรับความเอาใจใส่ค่ะ
谢谢你们的关心!

ศัพท์เพิ่มเติม

补充词汇

เสียชีวิต 去世　เข้มแข็ง 坚强　โศกเศร้า 悲痛
ปลอบใจ 安慰　งานศพ 葬礼　ฌาปนกิจ 殡葬
พิธีอำลา 告别仪式　ไว้อาลัย/ไว้ทุกข์ 戴孝

การให้ของขวัญ

馈 赠

วลีและรูปประโยค

常用词语和句型

มอบ/ให้ของขวัญแก่...	向……赠送礼物
ของที่ระลึก/ของฝาก/น้ำใจ	纪念品/赠品/心意
ของที่ระลึกเล็ก ๆ น้อย ๆ	小小的纪念品
ฉันมี...ให้กับ...	我有……送给……
ขอบพระคุณท่าน	太谢谢您了!

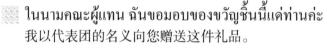

ในนามคณะผู้แทน ฉันขอมอบของขวัญชิ้นนี้แด่ท่านค่ะ
我以代表团的名义向您赠送这件礼品。

นี่คือน้ำใจ/ของขวัญเล็ก ๆ น้อย ๆ สำหรับคุณครับ
这是送给你的小心意 / 礼物。

หนูมีของที่ระลึกเล็ก ๆ น้อย ๆ ขอมอบให้ท่านค่ะ
我有件小小的纪念品送给您。

นี่ ผมคิดว่าท่านน่าจะชอบนะครับ
给，我想您会喜欢的。

เรานำขนมเค้กมาเพื่อฉลองวันเกิดของท่านค่ะ
我们带来了蛋糕为您祝寿。

ของขวัญเล็ก ๆ น้อย ๆ ไม่เท่าไร แต่กรุณารับไว้ด้วยค่ะ
小小礼品，不成敬意，请笑纳!

ของขวัญเล็ก ๆ น้อย ๆ ด้วยความรู้สึกที่ลึกซึ้ง ขอขอบคุณท่านที่ดูแลหนูมา
ตลอดเวลา
礼轻情意重，小小心意，感谢您对我一直以来的关照！

คำตอบ
 回 答

ขอบคุณมากค่ะ
多谢了。

ขอบพระคุณท่านมากค่ะ
太谢谢您了。

ขอบคุณมากครับ แต่คุณไม่น่าเสียเงินเช่นนี้เลยครับ
太谢谢您了，但您不该这样破费。

ของขวัญที่เธอให้มา ฉันชอบมาก ขอบคุณค่ะ
你的礼物，我太喜欢了，谢谢！

ของขวัญของคุณมีค่ามาก ผมเกรงใจจริง ๆ ที่ได้รับความเมตตาเช่นนี้
你的礼物这么贵重，我真是受宠若惊！

ศัพท์เพิ่มเติม
 补 充 词 汇

ของฝาก 手信　เลื่อนตำแหน่ง 升职　ขึ้นเงินเดือน 加薪
สำเร็จการศึกษา 毕业　แต่งงาน 结婚　รับปริญญา 领学位证
งานเลี้ยงวันคล้ายวันเกิด 生日宴

การให้กำลังใจ
鼓 励

วลีและรูปประโยค
常用词语和句型

ทำดี ๆ/สู้ ๆ	好好干！/ 加油！
อย่าพึ่งท้อแท้	别气馁
เดี๋ยวมันก็ผ่านไป	一切都会过去的。
ทุกปัญหาย่อมมีทางออก	办法总比困难多。
กล้า ๆ หน่อยสิคะ	勇敢点！
ใช้แรงอีกหน่อยนะ	再加把劲！

ทำดี ๆ นะคะ
好好干！

สู้ ๆ สู้ตาย
加油，加油！

ลุยไปข้างหน้า อย่ากลัวนะครับ
往前冲，别害怕！

สู้ ๆ กล้าหน่อยสิครับ
加油，勇敢点！

อย่าท้อแท้นะครับ
别泄气！

ใช้แรงอีกหน่อยนะคะ
再加把劲！（用力！）

สู้ต่อไปนะครับ เราจวนจะสำเร็จแล้ว
坚持住，咱们快成功了！

เดี๋ยวมันก็ผ่านไปค่ะ
一切都会过去的。

คุณทำดีที่สุดแล้วครับ
你已经做得很好了。

มันเป็นบทเรียนที่แสนวิเศษ
这是非常深刻的教训。

ความท้าทายทำให้เราเข้มแข็ง
困难让我们更坚强。

ทุกปัญหาย่อมมีทางออก
办法总比困难多/没有解决不了的问题。

ใคร ๆ ก็เจอปัญหาด้วยกันทั้งนั้น
任何人都会有遇到困难的时候。

ความพยายามอยู่ที่ไหน ความสำเร็จย่อมอยู่ที่นั่น
有志者事竟成。

ไม่สำเร็จก็ลองใหม่ อาจจะสำเร็จก็ไม่แน่นะคะ
不成功就再试试，没准就成功了。

อย่าท้อแท้ ความล้มเหลวย่อมมาก่อนความสำเร็จเสมอ
别气馁，失败乃成功之母。

คุณทำได้แน่ เราเชื่อมั่นในตัวคุณค่ะ
你一定行的，我们相信你。

ฉันเชื่อว่าคุณจะไม่ทำให้ฉันผิดหวังแน่ครับ
我相信你是不会令我失望的！

เกือบจะสำเร็จแล้ว พยายามอีกนิด ต้องสำเร็จแน่ค่ะ
快成功了，再努力一点，一定会成功的。

ถ้าเราพยายามอย่างเต็มที่แล้ว ก็ไม่เสียใจค่ะ
如果我们尽力了，就不会遗憾。

ศัพท์เพิ่มเติม
补充词汇

เร้าใจ (ปลุกใจ) 激励　ยิ้ม 微笑　มั่นใจ自信

เอาใจใส่ 关心　ยอมแพ้ 服输

การตำหนิและการชมเชย
批评与赞扬

วลีและรูปประโยค
常用词语和句型

ตำหนิ/ชมเชย...	批评/表扬某人
เสนอ/ให้ความคิดเห็น/คำแนะนำ	提意见/建议
คุณไม่ควร/ไม่น่า	你不该……
น่าจะ /ควรจะ	应该……
รู้สึกเกรงใจ	不好意思
ชมเชย...เป็นอย่างมาก	对……大加赞赏
หน้าใส	气色好
ดูสดใสดี	看起来真精神
มีชีวิตชีวา	有活力
เข้ากับ/เหมาะกับ...	适合于……
ชมเกินไป	过奖
...เหลือเกิน	多么……！
ช่างสวยจริง ๆ	真漂亮！

การตำหนิ

责备和批评

ฉันต้องตำหนิคุณแล้วนะ
我可要责备你了。

33

คุณไม่ควรไปโดยไม่ลาเลยค่ะ
你不该不辞而别。

ท่านก็ทราบว่ามันเกี่ยวข้องกับชื่อเสียงของร้านท่านนะครับ
您知道，这关系到贵店的声誉。

เราควรจะมาเยี่ยมท่านแต่แรกนะคะ
我们本该来看您的。

ตัวคุณไม่อยู่ ก็ไม่ควรเปิดประตูทิ้งไว้นะครับ
你人不在时就不该把门开着。

คุณไม่ควรใช้เธอเป็นเครื่องมือค่ะ
你不该利用她。

คุณหยิ่งเกินไป
你太骄傲了。

คุณไม่ควรโอ้อวดเย่อหยิ่งแบบนี้ครับ
你不能这么傲慢。

คุณทำให้เรื่องมันล้มเหลวไปค่ะ
你把事情搞砸了。

คุณเห็นแก่ตัวมากเกินไป
你太自私了。

การที่ท่านบอกข่าวนี้ให้เขาทราบ เป็นสิ่งที่ไม่ถูกต้องนะครับ
您把这一消息告诉他就不对了。

นอนดึกเช่นนี้ไม่ดีนะคะ
这么晚才睡觉不好。

ฉันไม่ได้ตำหนิคุณ เป็นการเตือนคุณมากกว่า
我不是批评你，只不过是给你提个醒。

อย่าพูดกับฉันด้วยน้ำเสียงแบบนี้
不要用这样的口气对我说话。

เขาทำอะไรอยู่นี่
他在搞什么名堂?

พูดเหลวไหล (พูดซี้ซั้ว)
荒谬! 胡说! 一派胡言!

นี่ร้ายแรงมาก
这很严重。

น่าอับอายจริง ๆ
真可耻!

หยาบโลน/ลามกจริง ๆ
真下流!

คำตอบ

回答

ฉันโง่จริง ๆ
我真蠢!

ฉันทำเรื่องโง่ ๆ ไป ฉันไม่น่าทำอย่างนี้เลยค่ะ
我做了件蠢事，我真不该这样做。

ขอโทษ เป็นความผิดของฉันเองค่ะ
不好意思，这全是我的错。

ผมผิดแล้ว ผมจะแก้แน่ ๆ นะครับ
我错了，我一定改。

ทีหลังผมจะระมัดระวังครับ
以后我会注意的。

เจ้านายตำหนิคนงานแล้ว
老板批评了工人。

เขาได้วิจารณ์ตัวเองแล้ว
他做了自我批评。

การกระทำของเขาควรถูกตำหนิอย่างรุนแรงนะครับ
他的行为应该受到严厉的批评。

เราพร้อมรับฟังคำตำหนิและข้อเสนอแนะค่ะ
我们欢迎批评和建议。

การชมเชย

赞扬

ท่านดูหน้าใสมากนะครับ
您的气色很好。

วันนี้ท่านดูสดใสดีค่ะ
您今天看起来真精神。

ทรงผมของท่านดูสวยดีค่ะ
您的发式真好。

ท่านใส่เสื้อตัวนี้ดูมีชีวิตชีวามากขึ้นครับ
您穿这件衣服显得很有活力。

การแต่งตัวเช่นนี้ทำให้ท่านดูอ่อนเยาว์ครับ
这样打扮使您年轻了。

เสื้อแจ็กเก็ตของคุณดูสวยหรูค่ะ
你的夹克衫很有档次!

เสื้อโคทของคุณ<u>เข้ากับ</u> (เหมาะกับ) บุคลิกของคุณครับ
你的大衣与你的气质很匹配。

ภาพถ่ายนี้ช่างสวยเหลือเกิน
多漂亮的照片!

กำไลของคุณดีมากเลยค่ะ
你的手镯好极了!

ภาพนี้สวยจริง ๆ
这幅画真漂亮!

คุณคล่องตัวมากจริง ๆ
你真麻利！

พวกคุณทำได้ดีนะคะ
你们干得好！

ฉันภูมิใจในตัวคุณมากค่ะ
我为你感到自豪。

ผมพอใจกับงานของคุณมากครับ
我对你的工作很满意。

คุณเก่งมากเลยค่ะ
你棒极了！

คุณเป็นคนอัจฉริยะจริง ๆ ครับ
你真是个天才！

คุณดูหล่อขั้นเทพเลยค่ะ
你看上去帅极了！

พวกคุณเป็นเด็กดีทั้งนั้นครับ
你们都是好孩子！

งานของพวกคุณเยี่ยมจริง ๆ
你们的工作太出色了！

คำตอบ

回答

ขอบคุณมากค่ะ
谢谢！/谢谢你。

ขอบคุณสำหรับคำชมเชยครับ
谢谢你的夸奖。

ท่านชมเกินไปแล้วค่ะ
您过奖了！

หรือ เป็นอย่างนี้จริง ๆ หรือคะ
啊，真是这样吗？

ผมดีใจมากที่คุณพูดอย่างนี้ครับ
你这么说我很高兴。

ทั้งหมดนี้ล้วนเป็นเพราะความพยายามของทุกคนค่ะ
这都归功于大家的努力。

ศัพท์เพิ่มเติม

补充词汇

ประณาม 谴责　ประชดประชัน 讽刺　ความรับผิดชอบ 责任
นินทา 说坏话　ข่าวลือ 风言风语　จู้จี้ 絮叨　ประเมิน 评价

การเห็นด้วยและการคัดค้าน
赞成与反对

วลีและรูปประโยค
常用词语和句型

เห็นด้วยกับ/เห็นพ้องต้องกันกับ...	赞成……/同意……的看法
เห็นด้วยกับเรื่อง.../เห็นด้วยที่จะทำ...	同意……，同意做……
เห็นพ้องต้องกัน	一致同意
ไม่มีความเห็นที่ต่างกัน	没有异议
คัดค้าน...	反对……
คัดค้านที่จะทำ...	反对做……
ห้ามทำ	不能做，不行

การถาม

 问

ตอนกลางคืนไปร่วมงานปาร์ตี้สวมหน้ากากดีไหม
晚上去参加化装舞会好吗?

ฉันเห็นว่า เสื้อสีแดงตัวนี้สวย เธอชอบไหม
我觉得红色这件衣服漂亮，你喜欢吗?

เธอรักแกมาก ไม่ใช่หรือ
她很爱你，不是吗?

39

ตอนบ่าย เราจะไปซื้อของ แกไปด้วยกันไหม
下午我们去逛街，你一起去吗？

โครงการนี้ ผู้จัดการมีความเห็นยังไง
这个项目，老总有什么意见？

คุณเห็นด้วยไหมว่าการเรียนภาษาต่างประเทศต้องเริ่มตั้งแต่เด็ก
学习外语应当从小开始，你赞成吗？

คุณเห็นด้วยกับความคิดเห็นของฉันไหม
你同意我的看法吗？

พวกเขาเห็นด้วยกับแผนการนี้ไหม
他们同意这个方案吗？

สำหรับเรื่องนี้ ท่านมีความเห็นที่ต่างกันไหม
您对此事有异议吗？

ฉันไปตรวจฟัน คุณไปเป็นเพื่อนได้ไหม
你能陪我去看牙吗？

ต่อหน้าผู้จัดการ คุณพูดชมฉันบ้างได้ไหม
你能替我在经理面前说几句好话吗？

เลี้ยงสัตว์ตัวหนึ่งที่บ้าน เธอไม่ขัดข้องนะ
家里养只宠物，你不会反对吧？

คุณเห็นด้วยกับความคิดเห็นของเขาไหม
你同意他的看法吗？

การตอบเห็นด้วย

肯定回答

ค่ะ ดีค่ะ
是的，好的！

ฉันก็คิดอย่างนั้น
我也这样认为。

ก็ใช่สิ
对啊。

ตกลง เราไปด้วยกัน
OK，我们一起去。

เยี่ยมมาก
好极了！

แน่นอนครับ
那当然！

ถูกต้องค่ะ
正是！

เห็นด้วย ดีค่ะ
同意，好的。

ฉันเห็นด้วย
我同意，我赞成。

ทำไมไม่ล่ะ
为什么不呢？

ไม่มีปัญหา
没问题！

ความคิดนี้ดีมากเลยครับ
这主意太好了。

ฉันยินดีเป็นอย่างยิ่ง
我十分乐意！

ฉันเห็นด้วยว่าการเรียนภาษาต่างประเทศต้องเริ่มตั้งแต่เด็ก
我赞成学习外语应从小开始这个观点。

เราเห็นพ้องต้องกันที่จะดำเนินโครงการนี้
我们一致同意执行这一计划。

ฉันเห็นด้วยกับความเห็นของท่าน
我同意你的看法。

ฉันเห็นด้วยกับความเห็นของท่านทั้งหมด
我完全同意（赞成）您的观点。

ความคิดเห็นของฉันตรงกับของท่าน
我的想法跟您一致。

(เรื่องนี้)ฉันไม่ขัดข้องค่ะ
（这件事）我没有异议。

การตอบปฏิเสธ
否 定 回 答

ขอโทษค่ะ ฉันไปไม่ได้ค่ะ
对不起，我去不了。

ขอบคุณที่เธอชวนฉันค่ะ แต่ฉันติดธุระ ไว้โอกาสหน้าแล้วกัน
谢谢你的邀请，但我有事，等下次机会吧。

สีแดงสวยก็จริง แต่ฉันชอบสีขาวมากกว่า
红色的漂亮，但我更喜欢白色的。

เธอไม่ได้รักฉันจริงหรอก เธออยู่กับฉันเป็นเพราะว่าเธอเหงาเท่านั้นเอง
她并不是真爱我。她跟我在一起，仅仅是因为她孤独。

เสียดายจริง ๆ ผมยังทำการบ้านไม่เสร็จเลย
太遗憾了，我还没有完成作业。

ลูกพี่เห็นว่า มีความเป็นไปได้น้อย
上司认为，可行性不大。

ไม่ ไม่ได้
不，不行。

ไม่ได้เด็ดขาด/แน่นอน
绝对 / 肯定不行。

เราไม่เห็นด้วย
我们不同意（不赞成）。

ฉันไม่ยอม
我不愿意。

ไม่ได้ เป็นไปไม่ได้
不行，不可能。

ฉันไม่เห็นด้วยกับความคิด/วิธีทำของคุณ/ท่าน
我不同意你/您的看法/做法。

ผู้บริหารมีความเห็นไม่ตรงกัน
管理人员意见并不统一。

ฉันคัดค้าน
我反对。

ฉันคัดค้านที่จะเลี้ยงสัตว์
我反对养宠物。

ข้อเสนอนี้ถูกคัดค้านอย่างเป็นเอกฉันท์
这一建议遭到了一致的反对。

เขามีความเห็นที่ต่างกันกับมาตรการนี้
他对这一措施有异议。

นั่นเป็นไปไม่ได้หรอก
那是不行的。

ศัพท์เพิ่มเติม
补充词汇

งานสังสรรค์ 联欢会   อุตสาหกรรม 工业   เกษตรกรรม 农业

การประมง 渔业   กวดวิชา（ติววิชา）补习   เกมส์ 游戏

ความปรารถนา
意　愿

วลีและรูปประโยค
常用词语和句型

อยาก/อยากจะ...　　　　想/想做……

หวังว่า/ขอให้...　　　　希望……/但愿……

ตัดสินใจจะ...　　　　　决定……

ฉันมีความปรารถนา...　　我的志愿是……

ฉันมีความใฝ่ฝัน...　　　我的梦想是……

คำถาม
问 句

มีธุระอะไรคะ
有何贵干？

ท่านต้องการอะไรครับ
您需要什么？

คุณมีธุระอะไรหรือเปล่าคะ
你有事吗？

ธุระอะไรครับ
什么事啊？

คุณมีความปรารถนาอะไรคะ
你的志愿是什么?

คุณอยากจะทำอะไรครับ
你想干什么?

คุณมีแผนอะไรบ้างคะ
你有什么打算?

สำหรับเรื่องนี้ คุณมีความคิดเห็นอย่างไรครับ
关于这件事你有什么想法?

คุณอยากจะทำงานอาชีพอะไรคะ
你将来想做什么工作?

คุณมีความใฝ่ฝันอะไรครับ
你有什么梦想?

คำตอบ

回答

ฉันอยากจะไปกับท่านค่ะ
我想跟您一起走。

เพื่อนฉันอยากไปเรียนต่อที่เมืองไทยครับ
我朋友想去泰国继续学业。

ผมอยากจะย้ายจากตัวเมืองไปตั้งถิ่นฐานที่ชนบทครับ
我想离开城市到乡间定居。

ฉันไม่อยากค่ะ
我不想。

เวลานี้มีโทรศัพท์ถึงท่าน หวังว่าจะไม่เป็นการรบกวนท่านนะคะ
这个时候给您打电话，希望没有打扰您。

ขอให้ทุกอย่างเป็นไปด้วยดีครับ
但愿一切顺利!

ฉันหวังว่าท่านจะดำเนินการอย่างเป็นธรรมค่ะ
我希望您主持公道。

ฉันจะเงียบไว้ครับ
我要保持沉默。

ตอนนี้เขาชอบอยู่คนเดียวมากกว่าค่ะ
他现在更喜欢一个人待着。

เขาให้ฉันไปพบเขาเดี๋ยวนี้ค่ะ
他要我马上去见他。

พวกเขาไม่ยอมไปกับพวกเราครับ
他们不愿意和我们一起走。

ฉันมีความปรารถนาจะเป็นวิศวกรครับ
我的志愿是当工程师。

ฉันอยากเป็นล่ามแปลสดค่ะ
我想当同声传译（员）。

ฉันมีความใฝ่ฝันที่จะไปเที่ยวยุโรปสักครั้งค่ะ
我梦想能到欧洲旅游一次。

ศัพท์เพิ่มเติม

补 充 词 汇

โบราณสถาน 名胜古迹　พระบรมมหาราชวัง 大王宫　ภูเก็ต 普吉
ทนายความ 律师　ผู้พิพากษา 法官　เฝ้ารอ 期待　อาชีพ 职业
อุดมการณ์ 理想　ปณิธาน 志向　ความมุ่งมาด 抱负

การช่วยเหลือ
帮 助

วลีและรูปประโยค
常用词语和句型

มีอะไรให้...ช่วย	需要……帮忙
สอบถามอะไรบ้าง	咨询些什么
มีบริการ...	提供……服务
(ไม่)พอใจกับ...	对……（不）满意
กรุณาช่วย... ได้ไหม	请帮……可以吗?
ช่วย... ให้ด้วยนะ	帮（我）……
แก้ไขปัญหา/จัดการเรื่องนี้ให้	帮（您）解决问题/处理这件事

ให้ความช่วยเหลือ
提 供 帮 助

มีอะไรให้ดิฉันช่วยไหมคะ
需要我为你做点什么吗?

ขอโทษครับ ต้องการให้ผมช่วยไหมครับ
请问，需要我帮忙吗?

ถ้าต้องการให้ผมช่วย ขอให้บอกผมด้วยนะครับ ไม่ต้องเกรงใจครับ
如果你需要我帮忙，请告诉我，不必客气。

ท่านอยากจะสอบถามอะไรบ้างคะ
您需要咨询些什么吗?

ให้ผมส่งท่านไปสนามบิน ดีไหมครับ
让我送您到飞机场，好吗？

ดิฉันจะส่งเอกสารเหล่านี้ไปที่ห้องคุณนะคะ
请让我把这些文件送到你的房间。

คำตอบ
回 答

ดีครับ รบกวนคุณมากนะครับ
好的，麻烦您了。

ขอบคุณครับ ไม่เป็นไรครับ ผมทำเองครับ
谢谢，不用了，我自己来吧。

ขอความช่วยเหลือ
请 求 帮 助

ไม่ทราบว่าที่นี่มีบริการ X ไหมคะ
不知道这儿提供X服务吗？

ไม่ทราบว่าบริษัทคุณรับจอง<u>โรงแรม</u> / <u>ตั๋วเครื่องบิน</u>หรือเปล่าคะ
不知道贵公司提供预订<u>酒店</u>/<u>飞机票</u>服务吗？

กรุณาส่งอาหารเช้าไปที่ห้องผมได้ไหมครับ
您可以把早餐送到我的房间吗？

กรุณาส่งจดหมายฉบับนี้ให้ผมได้ไหมครับ
您可以帮我寄这封信吗？

กรุณาช่วยปิดประตูได้ไหมคะ
麻烦您关门，可以吗？

กรุณาช่วยปลุกผมพรุ่งนี้ตอนหกโมงเช้าได้ไหมครับ
请您明天早晨6点叫醒我好吗？

กรุณาช่วยเรียกแท็กซี่ให้ผมสักคันได้ไหมครับ
请您帮我叫一辆出租车好吗？

ช่วยเขียนใบเสร็จรับเงินให้ด้วยนะคะ
请给我开一张发票。

ช่วยห่อของขวัญชิ้นนี้ให้ด้วยนะครับ
请替我包好这件礼物。

ช่วยยกกระเป๋าใบนี้ไปที่ชั้น ๓ นะครับ
请把这个箱子送到3楼。

คำตอบ
回 答

ยินดีที่ได้รับใช้ค่ะ
乐意为您效劳。

ค่ะ ยินดีค่ะ
好的，很乐意。

ยินดีที่ได้ช่วยครับ
很乐意帮忙。

เราจะให้บริการต่าง ๆ กับแขกผู้มีเกียรติทุกท่านครับ
我们将为各位贵宾提供各种服务。

หัวใจสำคัญของการบริการของบริษัทเราคือ "ลูกค้าคือผู้ถูกเสมอ"
"顾客至上"是我们公司服务的宗旨。

หากท่านมีปัญหาใด ๆ โปรดติดต่อมาที่เรา เราพร้อมที่จะช่วยเหลือ
และตอบคำถามท่านเสมอค่ะ
若您有什么问题，请与我们联系，我们将会随时帮助您并回答您的
问题。

เราจะแก้ไขปัญหานี้ให้ค่ะ
我们会帮助解决这个问题。

เราจะจัดการเรื่องนี้ให้เรียบร้อยค่ะ
我们会处理好这件事的。

ศัพท์เพิ่มเติม

补充词汇

หิ้ว 提　เช็ด 擦　เข็น 推　ยื่น 递　เขียน 写　สอน 教

ถ่ายสำเนา 复印　ฝากข้อความ 捎口信

บริการ

服　务

วลีและรูปประโยค
常用词语和句型

มีอะไรให้รับใช้/ช่วย   有什么可以为您效劳/帮您

ยินดีบริการ/รับใช้   乐意为您服务/效劳

ได้ไหม/ดีไหม   可以吗? /好吗?

ระบบบริการหลังการขาย   售后服务体系

ให้บริการแบบครบวงจร   提供一站式服务

ขอบคุณที่มาอุดหนุน   多谢惠顾!

ผู้ให้บริการ
服 务 商

มีอะไรให้รับใช้ไหมคะ
有什么可以为您效劳吗?

ฉันยินดีบริการ/รับใช้ท่านค่ะ
我乐意为您服务/效劳。

คุณอยากทราบอะไรบ้างครับ
您想了解什么吗?

ฉันขอแนะนำให้ท่านทราบ ได้ไหมคะ
我可以给您介绍情况吗?

ฉันจะห่อเป็นของขวัญให้ท่านดีไหมคะ
我给您打个礼品包，好吗？

ฉันจะหั่นเป็นชิ้น ๆ ให้ท่าน ดีไหมครับ
我切成一小块儿一小块儿给您，好吗？

จะบริการส่งถึงบ้านดีไหมคะ
给您送货上门，好吗？

ผู้ใช้บริการ

客 户

ดีครับ รบกวนแล้วครับ
好的，麻烦您了。

ขอบคุณครับ ไม่ต้องครับ ฉันทำเองได้
谢谢，不用了，我自己来吧。

ช่วยส่งอาหารเช้ามาที่ห้อง ได้ไหมคะ
可以把早餐送到房间吗？

ในโรงแรมมีบริการซักรีดไหมครับ
旅馆里有洗衣服务吗？

ช่วยรีดเสื้อเชิร์ตตัวนี้ให้หน่อย ได้ไหมคะ
可以给我熨一下这件衬衣吗？

ช่วยปลุกตี ๕ พรุ่งนี้นะคะ
请明天早晨5点叫醒我。

ช่วยเรียกแท็กซี่ให้คันหนึ่งนะครับ
请帮我叫一辆出租车。

ผู้ให้บริการ

服 务 商

ครับ ยินดีครับ
好的，很乐意。

มีค่ะ
有的。

ขออภัยครับ ตอนนี้เราไม่มีบริการแบบนี้แล้วครับ
很抱歉，我们现在不再提供这种服务了。

ผู้ใช้บริการ

客户

พวกคุณมีบริการอะไรบ้างครับ
你们可以提供什么服务项目？

สินค้าของคุณรับประกันคุณภาพนานเท่าไรคะ
你们的产品质量保证期多长？

พวกคุณมีบริการหลังการขายไหมครับ
你们有售后服务吗？

บริษัทท่านมีรถให้เช่าไหมคะ
贵公司有租车服务吗？

ผู้ให้บริการ

服务商

เรามีบริการหลากหลาย
我们的服务很多。

เรารับประกันคุณภาพ ๒ ปี ภายในระยะเวลาการรับประกัน จะซ่อมให้ฟรี ชิ้นส่วนฟรี ค่าแรงฟรี
我们的产品质量保证期为两年，在质量保证期内，免收零件费和维修费。

เรามีระบบบริการหลังการขายที่มีประสิทธิภาพ
我们有高效的售后服务体系。

เราจะให้บริการการใช้รถแบบครบวงจร
我们为客户提供一站式的用车服务。

▨ ได้ครับ ยินดีรับใช้ท่านครับ
很乐意为您服务。

▨ เรามีบริการหลายอย่าง เช่น การจัดรถรับ-ส่งที่สนามบิน ไก๊ด์และล่าม การจองตั๋วเครื่องบิน ตั๋วรถไฟ และโรงแรม เป็นต้น
我们可提供多种服务，如机场接送车、导游和翻译、预订机票、火车票和旅馆等。

▨ ขอบคุณที่มาอุดหนุน
多谢惠顾！

ศัพท์เพิ่มเติม
补充词汇

จุดมุ่งหมาย 目的　จุดหมายปลายทาง 目的地　ศูนย์บริการ 服务中心

คุณภาพ 质量　ภัตตาคาร 餐馆　ใส่ถุง 打包

ฟาสต์ฟู้ด/อาหารจานด่วน 快餐　ซักแห้ง 干洗　เช็คเอาท์ 退房

การฟ้องร้อง
投　诉

วลีและรูปประโยค
常用词语和句型

เรียก/ชดใช้ค่าเสียหาย	索赔损失/赔偿损失
ขอคืนของคืนเงิน	要求退货退款
ฉันขอเคลม...	我要就……索赔
ทำให้...เดือดร้อน	给……添麻烦
<u>แก้ไข</u>/<u>จัดการ</u>ปัญหา	<u>解决</u>/<u>处理</u>问题
หาวิธีแก้ไขที่เหมาะสม	寻找妥善的解决办法
ชดใช้ความเสียหายให้...	给予……赔偿

 ลูกค้า

顾 客

ฉันไม่พอใจบริการของคุณ
我对你们的服务不满意！

เมื่อเร็ว ๆ นี้เราได้รับการฟ้องร้องจากลูกค้าไม่น้อย
我们最近接到了不少客户的投诉。

สินค้าได้รับความเสียหายระหว่างการขนส่ง
商品在运输途中受损。

กระป๋องปลาซาร์ดีนเหล่านี้มีปัญหา
这些沙丁鱼罐头有问题。

ฉันพบว่าคุณภาพของสินค้าไม่ตรงตามตัวอย่าง
我发现商品的质量与样品不符。

ตู้เย็นที่ฉันสั่งซื้อคือรุ่น 8384 แต่ตู้เย็นที่คุณส่งมาเป็นรุ่น 8483
我订的冰箱型号是8384，而你送来的型号是8483。

ปุ๋ยเคมีที่เราได้รับนั้นมีปริมาณน้อยกว่าที่เราสั่ง
我们收到的化肥少于订购的数量。

เราไม่พอใจบริการของบริษัทคุณมาก
我们对贵公司的服务非常不满意。

คุณชี้แจงหน่อยสิว่า ทำไมยกเลิกรายการบางรายการ
你解释一下，为什么一些项目被取消了？

เราขอคืนของคืนเงิน
我们要求退货退款。

ฉันขอเรียกค่าเสียหาย
我要求赔偿损失。

ฉันขอเคลมสินค้าที่เสีย
我要求对损坏的商品索赔。

ผู้ให้บริการ
服 务 商

ขอโทษครับพี่ พี่ค่อย ๆ เล่ามาให้ฟัง
对不起，大姐，您慢慢说。

เราขอดูรายละเอียดก่อนค่ะ ขอโทษที่ทำให้คุณต้องเสียเวลา
我们先了解一下情况。耽误您的时间，很对不起！

เรากำลังศึกษาอยู่ว่าต้นเหตุของปัญหาเหล่านี้คืออะไร
我们正在研究这些问题的根源。

เราจะแก้ไขปัญหานี้ค่ะ
我们会解决这个问题的。

เราจะจัดการให้ท่านครับ
我们会为您作出处理的。

ทุกอย่างจะจัดการเรียบร้อยได้ค่ะ
这一切会处理好的。

เราจะหาวิธีแก้ไขที่เหมาะสมให้ได้ค่ะ
我们会找到妥善的解决办法的。

ขออภัยที่ทำให้คุณเดือดร้อน
很抱歉，给你们添麻烦了！

ขอบคุณที่ท่านเข้าใจ
我感谢您的理解。

เราจะชดใช้ความเสียหายให้ท่านค่ะ
我们会赔偿您的损失。

เราจะให้คำตอบที่น่าพอใจโดยเร็วที่สุด
我们会尽快给您个满意的答复。

ฉันรับรองว่าสิ่งเหล่านี้จะไม่เกิดขึ้นอีกต่อไป
我向您保证此类事情今后不会再发生。

ผมก็รู้สึกเสียใจเช่นกัน แต่มันไม่ใช่ความผิดของเรา
我也很难过，但这不是我们的过错。

ศัพท์เพิ่มเติม
补 充 词 汇

ผู้บริโภค 消费者　ของปลอม 假货　หลักฐาน 证据
สิทธิ 权利　เพิกถอน 撤销　ปรึกษาหารือ 协商

การเปรียบเทียบ
比　较

วลีและรูปประโยค
常用词语和句型

มาก / ดี / สูง / เก่งกว่า...　　　　比……更多 / 好 / 高 / 棒

เท่ากัน / เช่นกัน / เหมือนกัน　　　相等 / 一样 / 同样

เปรียบเทียบกับ...　　　　　　　与……相比较

...เหมือนกับ / ต่างกับ...　　　　……与……相同 / 不同

...ที่สุด　　　　　　　　　　　最……

...ขึ้น / ลงทุกที / ทุกวัน　　　　越来越……

ประเทศไหนมีเนื้อที่มากกว่า จีนหรือไทยคะ

哪个国家面积更大，中国还是泰国？

ในฤดูร้อน กรุงเทพฯ ร้อนกว่าเชียงใหม่ไหมคะ

夏天，曼谷比清迈热吗？

เด็กหญิงสองคนนี้มีอายุไล่เลี่ยกันหรือเปล่าครับ

这两个女孩的年龄是不是差不多一样大？

คุณไม่คิดหรือคะว่าภาษาไทยของฉันพูดได้ดีกว่าเขา

你不觉得我的泰语说得比他好吗？

ปริมาณผลผลิตธัญพืชปีนี้เพิ่มขึ้นหรือลดลงคะ เมื่อเปรียบเทียบกับปีที่แล้ว

与去年相比，今年的粮食是增产了还是减产了？

ซุปเปอร์มาร์เกตที่ใหญ่ที่สุดของกรุงเทพฯ อยู่ที่ไหนครับ

曼谷最大的超市在哪里？

คำตอบ

回 答

เนื้อที่ของประเทศจีนใหญ่กว่าประเทศไทยหลายเท่าครับ

中国的面积比泰国大好几倍。

เขามีอายุมาก / น้อยกว่าฉันห้าปีค่ะ

她比我大 / 小五岁。

ชากับกาแฟแพงเท่ากัน

茶与咖啡一样贵。

ในฤดูร้อน กรุงเทพฯ ร้อนกว่าเชียงใหม่ครับ

夏天，曼谷比清迈热。

เขาตัวเล็กกว่าฉัน แต่แข็งแรงกว่าฉัน

他个子比我小，但比我强壮。

เขาไม่ตระหนี่เหมือนพ่อเขาค่ะ

他不像父亲那样吝啬。

เธอสวยกว่าที่ฉันคิดไว้ค่ะ

她比我想象的还要漂亮。

เขาไม่ได้อ่อนเยาว์อย่างที่ฉันคิดไว้ครับ

他没有我想象的那么年轻。

ฉันรู้สึกดีขึ้นมากแล้วค่ะ

我觉得好多了。

ภาษาไทยของเขาสู้ฉันไม่ได้ค่ะ

他的泰语比不上我。

เบา ๆ หน่อยครับ

轻一点儿。

ความสามารถของพนักงานสองคนนี้เทียบไม่ได้เลยครับ

这两位员工的能力根本没有可比性。

เด็กหญิงสองคนนี้มีหน้าตาเหมือนกันมาก กล่าวได้ว่าเป็นฝาแฝดเลยค่ะ

这两个女孩子长得真像，简直就是双胞胎。

แม่น้ำฉางเจียงเป็นแม่น้ำที่ยาวที่สุดของประเทศจีนครับ

长江是中国最长的河流。

คุณมานะเป็นคนที่พูดไทยเก่งที่สุดในชั้นเรียนค่ะ

马纳是班里泰语说得最好的人。

นี่คือเพื่อนร่วมงานที่สนิทกับฉันมากที่สุดครับ

这是我最要好的同事。

ห้างสรรพสินค้า xx เป็นหนึ่งในห้างที่ใหญ่ที่สุดในกรุงเทพฯ ค่ะ

xx商厦是曼谷最大的商场之一。

ความผิดพลาดของพวกเขาน้อยที่สุดครับ

他们的失误最少。

เขาเป็นคนที่ทำได้ดีที่สุดในโรงงานครับ

他是全厂干得最好的人。

ปัจจุบันนี้คนที่สูบบุหรี่น้อยลงทุกทีค่ะ

现在抽烟的人越来越少了。

โสตประสาทของคุณพ่อฉันแย่ลงทุกวันครับ

我父亲听力越来越差了。

ศัพท์เพิ่มเติม

补 充 词 汇

ว่องไว 灵活　ปราดเปรียว 灵敏　หล่อ 英俊　สง่า 高雅

อ่อนโยน 温柔　อ่อนแอ 虚弱　ใจกว้าง 大方

มาตราชั่งตวงวัด

度量衡

วลีและรูปประโยค

常用词语和句型

สวม (ใส่) เสื้อผ้า / รองเท้า	穿衣服 / 鞋
สวม (ใส่) ถุงมือ	戴手套
จาก...ไป (ถึง)...ไกลแค่ไหน	从……到……有多远
...ครอบคลุม (มี) พื้นที่	……占地面积为
ยาว / กว้าง...เมตร	……米长 / 宽
ไกลจาก...ไหม	离……远吗
... (ขาย) เท่าไร	……（卖）多少钱
ในอัตรา (ความเร็ว) ...	以……的速度
...กับ...เหมือนกันไหม	……和……相同吗

ความยาว ความกว้าง และความสูง

长、宽、高

ห้องนี้กว้าง / ยาวกี่เมตรคะ

这间房屋有多少米宽 / 长?

เจดีย์นี้สูงเท่าไรครับ

这座塔有多高？

ในแบบฟอร์มติดรูปถ่ายกี่นิ้วคะ

表格上贴几英寸的照片？

หน้าจอคอมพิวเตอร์โนตบุ๊กของคุณกี่นิ้วคะ

你的手提电脑屏幕是多少英寸的？

กระดานไม้นี้หนาเท่าไรครับ

这块木板有多厚？

บ่อน้ำนี้ลึกกี่เมตรครับ

这口井多少米深？

เชียงใหม่อยู่ที่ไหน ห่างจากกรุงเทพฯ กี่กิโลเมตรคะ

清迈市在什么地方？距离曼谷市有多少公里？

จากนี่ไปหน้าประตูมหาวิทยาลัยไกลแค่ไหนคะ

从这儿到学校门口有多远？

ไกลจาก / ใกล้กับวัดพระแก้วไหมครับ

离玉佛寺远 / 近吗？

ความสูงของท่านเท่าไหร่ครับ

您有多高？ / 您的身高是多少？

คนจีนมีความสูงเฉลี่ยเท่าไหร่คะ

中国人的平均身高是多少？

คำตอบ

回答

ห้องนี้ยาว / กว้าง ๕ เมตรค่ะ

这间屋子长 / 宽5米。

ในแบบฟอร์มติดรูปถ่าย ๑ นิ้วครับ

表格上贴1英寸的彩色免冠照片。

หน้าจอของผม X นิ้วครับ

我的屏幕是X英寸。

ลึก ๓ เมตรค่ะ

3米深。

สูง ๕๐ เมตรครับ

高50米。

กระดานหนา ๖ เซนติเมตรค่ะ

木板厚6厘米。

เชียงใหม่อยู่ภาคเหนือไทย ห่างจากกรุงเทพฯ X กิโลเมตรค่ะ

清迈市位于泰国北方，距离曼谷市X公里。

จากหน้าประตูมหาวิทยาลัยไปคณะเราเพียง ๑๒๐ เมตรครับ

从学校大门口到我们学院（系）只有120米。

ห้องสมุดอยู่ข้าง ๆ เราเดินไม่กี่ก้าวก็ถึงแล้วค่ะ

图书馆就在我们隔壁，走几步就到了。

บริษัทเราห่างจากใจกลางเมือง ๕ กิโลเมตรค่ะ

我们公司离市中心五公里。

อยู่ใกล้กับที่นี่มากครับ

离这儿很近。

ผมสูง ๑.๗๒ เมตรครับ

我身高1.72米。

ผู้ใหญ่เพศชายของจีนมีความสูงเฉลี่ย ๑๖๗.๑ เซนติเมตรค่ะ

中国成年男性的平均身高是167.1厘米。

พื้นที่และปริมาตร
面积、体积、容积

เนื้อที่ของห้องนี้เท่าไรคะ

这间屋子的面积是多少？

ประเทศไทยมีเนื้อที่ทั้งหมดเท่าไรคะ

泰国的面积有多大?

เนื้อที่ของประเทศจีนเป็นกี่เท่าของประเทศไทย

中国的面积是泰国的多少倍?

ฟาร์มจระเข้กี่ไร่ครับ

鳄鱼湖有多少莱?

วิทยาเขตของมหาวิทยาลัยคุณทั้งหมดกี่เฮกตาร์คะ

你们学校校园的面积是多少公顷?

ปริมาตรของกล่องนี้มีเท่าไรครับ

这只箱子的体积是多少?

ความจุของตู้เย็นนี้มีเท่าไรครับ

这个冰箱的容积是多大?

คำตอบ

回 答

เนื้อที่ของห้องคือ ๒๐ ตารางเมตรครับ

屋子的面积是20平方米。

ประเทศไทยมีเนื้อที่ทั้งหมด ๕ แสน ๑ หมื่น ๓ พันตารางกิโลเมตรค่ะ

泰国的面积是513,000平方公里。

เนื้อที่ของประเทศจีนเป็น X เท่าของประเทศไทยค่ะ

中国的面积是泰国的X倍。

ฟาร์มจระเข้มี X ไร่ครับ

鳄鱼湖有X莱。

วิทยาเขตของมหาวิทยาลัยเรามี X เฮกตาร์ค่ะ

我校校园面积有X公顷。

ปริมาตรของกล่องคือ ๑.๕ ลูกบาศก์เมตรค่ะ

箱子的体积是1.5立方米。

ความจุของตู้เย็นคือ ๒๑๖ ลิตรครับ

冰箱的容积是216升。

ขนาด
尺寸

ท่านสวมเสื้อผ้าเบอร์ (ไซส์) อะไรครับ

您穿多大号的衣服?

ท่านใส่รองเท้าเบอร์ (ไซส์) อะไรคะ

您穿多大尺码的鞋?

ไซส์ของถุงมือนี้เหมาะสมไหมครับ

这个码数的手套合适吗?

คำตอบ

回 答

ผมสวม (ใส่) เสื้อเชิ้ตเบอร์ ๔๑ ครับ

我穿41号的衬衣。

ดิฉันสวม (ใส่) รองเท้าเบอร์ ๓๘ ค่ะ

我穿38码的鞋子。

เบอร์ (ไซส์) นี้ไม่เหมาะครับ

这号码不合适。

ผมต้องการรองเท้าที่เบอร์ใหญ่ / เล็กกว่านี้หน่อยครับ

我要稍大 / 小一点号码的鞋。

ขอใหญ่ / เล็กกว่าหนึ่งเบอร์ค่ะ

我要大 / 小一码的。

ขอใหญ่กว่าอีกครึ่งเบอร์ครับ

需要再大半码。

น้ำหนัก
重 量

น้ำหนักของคุณเท่าไรคะ

你的体重是多少?

พัสดุไปรษณีย์ชิ้นนี้หนักเท่าไรครับ

这个包裹重量是多少?

กรุณาชั่งน้ำหนักของจดหมายฉบับนี้ ได้ไหมคะ

请帮我称这封信的重量好吗?

กระเป๋าเดินทางฟรีกี่กิโลกรัมครับ

免费托运行李是多少公斤?

คุณคิดจะสั่งซื้อน้ำตาลทรายขาวสักกี่ตันคะ

你打算订购多少吨白糖呢?

คำตอบ

回 答

น้ำหนักของฉัน ๕๐ กิโลกรัมค่ะ

我的体重是50公斤。

กระเป๋าเดินทางฟรี ๒๐ กิโลกรัมค่ะ

可以免费托运20公斤行李。

กระเป๋าเดินทางของท่านหนัก ๔๒ กิโลกรัม ดังนั้น ท่านจะต้องจ่ายค่าน้ำหนัก
เกินพิกัดนะคะ

您的行李重42公斤,所以您得付超重行李费。

พัสดุไปรษณีย์ชิ้นนี้หนัก ๑.๒ กิโลกรัมครับ

这个包裹重1.2千克。

จดหมายฉบับนี้เกิน ๒๐ กรัมไปแล้วค่ะ

这封信超过20克了。

ผมคิดจะสั่งซื้อหนึ่งหมื่นตัน

我打算订购一万吨。

ความเร็วและจังหวะ
速度与节奏

ทางด่วนนี้จำกัดความเร็วกี่กิโลเมตรครับ

这条高速公路限速多少公里?

คุณกลับบ้านปีละกี่ครั้งคะ

你每年回家几次?

อัตราการเพิ่มของราคาสินค้าเป็นอย่างไรคะ

物价上涨的速度如何?

คำตอบ

回 答

จำกัดความเร็ว ๑๒๐ กิโลเมตรต่อชั่วโมง (ชั่วโมงละ ๑๒๐ กิโลเมตร) ครับ

限速每小时120公里。

ฉันกลับบ้านปีละประมาณ ๔ ครั้ง

我每年回家四次左右。

ราคาสินค้าเพิ่มขึ้นในอัตราร้อยละ ๙ ต่อปี

物价以每年9%的速度上涨。

ไฟฟ้า
电

แรงดันไฟฟ้าของเครื่องใช้ไฟฟ้าทั่วไปในจีน / ไทยกี่โวลต์คะ

中国 / 泰国的家用电器电压是多少伏?

กำลังไฟฟ้าของตู้เย็นนี้เท่าไรครับ

这台冰箱的功率是多少?

แรงดันทำงานของสมาร์ทโฟนนี้กี่โวลต์คะ

这部智能手机的工作电压是多少伏？

เดือนนี้ใช้ไฟฟ้าไปกี่หน่วยครับ

这个月用了多少度电？

ปริมาณการผลิตของโรงงานไฟฟ้านี้เป็นกี่กิโลวัตต์ชั่วโมง

这座发电厂发电量是多少千瓦时？

คำตอบ

回 答

แรงดันไฟฟ้าในจีนเป็น ๒๒๐ โวลต์ค่ะ

中国使用的电压是220伏。

แรงดันไฟฟ้าในไทยเป็น ๒๒๐ โวลต์ แต่ในอเมริกาเป็น ๑๑๐ โวลต์ค่ะ

泰国的电压是220伏，而美国的是110伏。

กำลังไฟฟ้าของตู้เย็นนี้เป็น ๑๑๐ โวลต์ครับ

这台冰箱的功率是110瓦。

แรงดันของสมาร์ทโฟนนี้เป็น X โวลต์ค่ะ

这部智能手机的电压是X伏。

เดือนนี้ผมใช้ไฟฟ้าไป ๑๒๐ หน่วยครับ

我这个月用了120度电。

ปริมาณการผลิตของโรงงานไฟฟ้านี้เป็น X กิโลวัตต์ชั่วโมงค่ะ

这座发电厂发电量为X千瓦时。

ศัพท์เพิ่มเติม

补 充 词 汇

กรัม 克　แอมแปร์ 安倍　ล้านล้านวัตต์ 兆瓦　ขายปลีก 零售

ขายส่ง 批发　ฟุต 英尺　ศอก 泰尺（约=50厘米）

คืบ 半泰尺（约=25厘米）　วา 泰丈（约=2米）

ตัวเลขและจำนวน
数字和数量

วลีและรูปประโยค
常用词语和句型

...เท่าไร	……是多少
อายุเท่าไร / กี่ปี	多少岁 / 几岁
ครบ...ปี	满……岁
ครบรอบ...ปี	……周年
<u>ลำดับ/ ชั้น / รุ่น / ฉบับที่</u>...	第……名 / 层 / 届 / 版
เราทั้งหมดมี...คน	我们一共……人

 คำถาม

 问句

พวกคุณกี่คนครับ
你们几位？

ครอบครัวคุณมีกี่คนคะ
您家有几口人？

คุณมีพี่น้องกี่คนคะ
你有几个兄妹？

ห้องคุณมีนักศึกษาชายและนักศึกษาหญิงเท่าไรคะ

你们班里有多少男生和女生？

คณะของท่านมีทั้งหมดกี่คนครับ

贵团一共几位？

บริษัทของคุณมีพนักงานกี่คนครับ

你们公司有多少员工？

พวกคุณคนมากไหมครับ

你们人多吗？

เมืองท่าน / ประเทศนี้มีประชากรเท่าไรคะ

贵市 / 这个国家的人口是多少？

คุณอายุเท่าไรแล้วคะ

你多大了？

เด็กเริ่มเข้าโรงเรียนตั้งแต่อายุกี่ขวบ

儿童从几岁起上学？

อาคารนี้มีกี่ห้องคะ

这栋楼有多少个房间？

จำนวนหนังสือในหอสมุดของมหาวิทยาลัยคุณคือเท่าไร

你们学校图书馆的藏书量是多少？

เงินเดือนของตำแหน่งนี้คือเท่าไร

这岗位的工资是多少？

ท่านมีรายได้ต่อเดือน / ปีเท่าไรคะ

他每月 / 每年挣多少钱？

รายได้ของคุณมากกว่าของฉันสองเท่า ใช่ไหมคะ

你的收入比我多两倍，是这样吗？

กางเกงที่คุณสวมยาวเท่าไรคะ

你穿的裤子多长？

รถยนต์คันนี้ราคาเท่าไรครับ

这辆小车价格是多少？

อัตราผ่านการสอบของครั้งนี้คือเท่าไรครับ

这次考试及格率是多少？

ธนาคารต้องเก็บค่าบริการเท่าไรคะ

银行要收多少服务费呢？

ในภูมิภาคของท่าน ผลเก็บเกี่ยวของข้าวปีหนึ่งประมาณเท่าไรคะ

贵地区稻米的年产量是多少？

จนถึงเดือนมิถุนายน บริษัทของเรามียอดจำหน่ายเท่าไรครับ

截止到6月，我们公司实现的销售额是多少？

เปิดหนังสือหน้าที่เท่าไรคะ

把书打开到第几页？

พวกคุณอยู่ชั้นไหนคะ

你们住在第几层？

ภาษาฝรั่งเศสของเธอสอบได้อันดับที่เท่าไรคะ

她的法语考试得了第几？

คุณเป็นลำดับที่เท่าไรคะ

你排在第几名？

คำตอบ

回 答

เรามีทั้งหมด ๑๑ คนค่ะ

我们一共11人。

ครอบครัวของฉันมีทั้งหมด ๖ คน ได้แก่ คุณย่า คุณพ่อ คุณแม่ พี่ชาย น้องสาว และเรา

我们家一共6口人：祖母、父母、哥哥、妹妹和我。

ห้องเรามี ๑๙ คนครับ

我们班上有19人。

▨ ในคณะนี้มีนายกเทศมนตรี ๔ ท่านและผู้ประกอบการหลายท่านค่ะ

这代表团里有4位市长和多位企业家。

▨ จำนวนคนเราไม่มาก

我们人（数）不多。

▨ พนักงานของบริษัทนี้มีจำนวนเป็นสองเท่าของเมื่อสิบปีก่อน

这个公司的员工数是十年前的两倍。

▨ จำนวนนักเรียนซิตอินจะเพิ่มขึ้น / ลดลงหนึ่งร้อยคนขึ้นไป

旁听生人数将增加 / 减少一百人以上。

▨ เมืองนี้มีประชากรสองล้านคน

本市人口200万。

▨ ประชากรของประเทศไทยเป็น ๑ ใน X ของประเทศจีน

泰国的人口是中国的X分之一。

▨ ประชากรของประเทศนี้ลดลงร้อยละ ๖.๕

这个国家的人口减少了6.5%。

▨ ฉันปีนี้อายุ ๑๙ ปีค่ะ

我今年19岁。

▨ ฉันเพิ่งฉลองวันเกิดอายุ ๕๐ ปีไปครับ

我刚过50岁生日。

▨ เขาเข้าโรงเรียนตั้งแต่อายุ ๕ ขวบ

他5岁就上学了。

▨ เงินเดือนของตำแหน่งนี้คือ X

这个岗位的薪水是X。

▨ ค่าจ้างต่อปีหนึ่งแสนหยวนค่ะ

年薪十万元。

▨ ราคาขายปลีกของรถคันนี้คือ ๒๕๓, ๘๐๐ หยวน คุณสามารถชำระเงินเป็น
งวดได้ค่ะ

这辆车的零售价为253,800元。你可以分期付款。

อัตราผ่านคือ ๘๐% ค่ะ

及格率是80%。

ผลเก็บเกี่ยวต่อปีประมาณห้าแสนตัน

年产量大约是50万吨。

ปีนี้ ผลิตผลทางการเกษตรเพิ่มขึ้นร้อยละ ๑๐ เมื่อเทียบกับช่วงเดียวกันในปีที่ผ่านมา

与去年同期相比，今年农业产量增长了10%。

บริษัทเราได้ทำยอดการจำหน่ายในครึ่งปีแรกเป็น X บาท

我们公司上半年已实现的营业额为X铢。

ปีนี้ ยอดการจำหน่ายของเรามีการขยายตัวไม่เกินร้อยละ ๒ นะครับ

今年，我们的销售额增长不超过2%。

เราอยู่ชั้นที่หกนะคะ

我们住在六层。

ฉันเป็นลำดับที่สามค่ะ

我是第三。

ฉันเป็นลำดับที่สี่ในห้าคนค่ะ

五个人里我排第四。

ศัพท์เพิ่มเติม
补充词汇

อัตราการตาย 死亡率　อัตรากำไรไม่สุทธิ 毛利率　กำไรสุทธิ 纯利润
ยอดขาย 销量　รองชนะเลิศ 亚军　เฉลี่ย 平均　รวมยอด 总计　ดัชนี 指数
ผลิตภัณฑ์มวลรวมภายในประเทศ（จีดีพี）国内生产总值（GDP）
อัตราการเติบโตเฉลี่ยต่อปี 年平均增长率

อากาศ

天 气

วลีและรูปประโยค

常用词语和句型

อากาศ...เป็นอย่างไร	……天气怎样?
พยากรณ์อากาศ	天气预报
อุณหภูมิเท่าไร	气温多少度
เคยชินกับอากาศ...	习惯……天气
ฝน / หิมะตก	下雨 / 雪
ลมแรง / แสงแดดแรง / ฝนตกหนัก	风大 / 阳光烈 / 雨大

คำถาม

问 句

วันนี้อากาศเป็นอย่างไรบ้าง

今天天气怎么样?

พรุ่งนี้อากาศจะดีไหมคะ

明天天气好吗?

พยากรณ์อากาศว่าอย่างไร

天气预报怎么说?

วันนี้อุณหภูมิเท่าไร

今天的气温多少度?

คุณชินกับอากาศที่กรุงเทพฯ ไหม

你习惯曼谷的气候吗?

ที่เมืองหนานหนิง หน้าหนาวมีหิมะตกไหมคะ

南宁冬天会下雪吗?

ที่กรุงเทพฯ เดือนไหนร้อน / หนาวที่สุด

曼谷哪个月最热 / 冷?

คุณชอบฤดูไหนมากที่สุดคะ

你最喜欢哪个季节?

ที่กรุงเทพฯ มีกี่ฤดูครับ

曼谷一年有几个季节?

คำตอบ

回 答

วันนี้อากาศดีมาก / ไม่ค่อยดี / แย่มาก

今天天气很好 / 不太好 / 真糟糕。

วันนี้หนาวจัง / อบอุ่นดี

今天很冷 / 真暖和。

วันนี้ครึ้มฟ้าครึ้มฝน

今天阴天。

อากาศร้อน / หนาว / เย็นสบาย / แห้ง

天气热 / 冷 / 凉爽 / 干燥。

อากาศดีขึ้น / แย่ลง

天气转好 / 变坏。

ฝนตกแล้ว

下雨了。

ฝนหยุดแล้ว

雨停了。

ลมพัดแรงมาก

风很大。

ท้องฟ้าแจ่มใส

天空晴朗。

แดดแรงมาก

阳光猛烈。

วันนี้ลมแรง / ฝนตกหนักจัง

今天风真大 / 雨真大。

พยากรณ์อากาศว่าอากาศดี

天气预报说是好天气。

อุณหภูมิ ๒๐ องศาเซลเซียส / ติดลบ ๑๐ องศา

温度是20摄氏度 / 零下10摄氏度。

อากาศร้อนขึ้น / หนาวลงทุกวัน

天气越来越热 / 冷。

อากาศเปลี่ยนแปลงบ่อย เดี๋ยวร้อนเดี๋ยวหนาว

天气变化无常，时冷时热。

ปีนี้ร้อน / หนาวกว่าปีที่แล้ว

今年比去年热 / 冷。

ระยะนี้ฝนตกชุก (ฝนตกมาก)

这段时间多雨。

พรุ่งนี้พายุไต้ฝุ่นจะเข้ามาจากภาคใต้

明天台风将从南部进入。

ผมเคยชินกับอากาศของหนานหนิง / กรุงเทพฯ แล้ว

我已经习惯南宁 / 曼谷的气候了。

ที่กรุงเทพฯ มี ๓ ฤดู (หน้า) คือ ฤดูร้อน ฤดูฝน และฤดูหนาว
(หน้าร้อน หน้าฝน และหน้าหนาว)

曼谷一年有三个季节，即夏季、雨季和旱季。

ศัพท์เพิ่มเติม
补充词汇

หมอก 雾　มรสุม 暴风雨, 季风　ลูกเห็บ 冰雹　น้ำค้าง 露水
น้ำค้างแข็ง 霜　ฤดูใบไม้ผลิ 春季 ฤดูใบไม้ร่วง 秋季

วัน เดือน ปี
年月日

วลีและรูปประโยค
常用词语和句型

วันอะไร / เดือนอะไร	星期几 / 几月份
วันนี้วันที่เท่าไร	今天几号
วันที่ ๑๒ มีนาคม พ.ศ. ๒๕๕๘	佛历2558年3月12日
เดือนหน้า / สัปดาห์หน้า / วันศุกร์หน้า	下个月 / 下星期 / 下周五
คุณเกิดปีไหน	你哪年出生
วันนี้วันเสาร์ที่ ๑๒ มิถุนายน	今天是6月12日，星期六

คำถาม
问 句

วันนี้ / เมื่อวาน / เมื่อวานซืนวันอะไรคะ

今天 / 昨天 / 前天是星期几?

วันนี้ / พรุ่งนี้ / มะรืนนี้วันที่เท่าไรคะ

今天 / 明天 / 后天是几号?

ตอนนี้เดือนอะไรคะ

现在是几月份?

เดือนนี้ / เดือนที่แล้ว / เดือนหน้า เดือนอะไรคะ

这个月 / 上个月 / 下个月是几月份?

ปีนี้ / ปีที่แล้ว / ปีหน้า ปีอะไรคะ

今年 / 去年 / 明年是什么年?

วันที่ ๙ เป็นวันอะไรคะ

9号是星期几?

คุณเกิดปีไหนคะ

你是哪年出生的?

วันเกิดของคุณคือวันที่เท่าไร เดือนอะไรคะ

你的生日是几月几号?

วันตรุษจีนปีนี้ตรงกับวันไหนคะ

今年的春节是哪一天?

คุณเข้ามหาวิทยาลัยปีไหนคะ

你哪年上大学?

คำตอบ

回答

วันนี้วันจันทร์ / วันอังคาร / วันพุธ / วันพฤหัสบดี / วันศุกร์ / วันเสาร์ / วันอาทิตย์

今天是星期一 / 星期二 / 星期三 / 星期四 / 星期五 / 星期六 / 星期日。

เดือนนี้เดือนมกราคม / กุมภาพันธ์ / มีนาคม / เมษายน / พฤษภาคม / มิถุนายน / กรกฎาคม / สิงหาคม / กันยายน / ตุลาคม / พฤศจิกายน / ธันวาคม

这个月是1月 / 2月 / 3月 / 4月 / 5月 / 6月 / 7月 / 8月 / 9月 / 10月 / 11月 / 12月。

ปีนี้ปี ๒๐๑๕ ครับ

今年是2015年。

▓ ปีนี้ปี<u>ชวด</u> / <u>ฉลู</u> / <u>ขาล</u> / <u>เถาะ</u> / <u>มะโรง</u> / <u>มะเส็ง</u> / <u>มะเมีย</u> / <u>มะแม</u> / <u>วอก</u> / <u>ระกา</u> /
<u>จอ</u> / <u>กุน</u>

今年是<u>鼠</u> / <u>牛</u> / <u>虎</u> / <u>兔</u> / <u>龙</u> / <u>蛇</u> / <u>马</u> / <u>羊</u> / <u>猴</u> / <u>鸡</u> / <u>狗</u> / <u>猪</u>年。

▓ ตอนนี้เป็นหน้า<u>ร้อน</u> / <u>หน้าฝน</u> / <u>หน้าแล้ง</u>

现在是<u>夏季</u> / <u>雨季</u> / <u>旱季</u>。

▓ วันนี้วันที่ ๑๒ มีนาคม ปี ค.ศ. ๒๐๑๕ (พ.ศ. ๒๕๕๘) ครับ

今天是<u>2015年</u>（佛历2558年）3月12日。

▓ วันนี้เป็นวันเสาร์ที่ ๑๒ มิถุนายนครับ

今天是6月12日，星期六。

▓ พวกเขาจะมาเมืองจีนวันที่ ๑๐ เดือนหน้าครับ

他们下个月10号来中国。

▓ วันที่ ๑๐ เป็นวันศุกร์ครับ

10号是星期五。

▓ ผมเกิดปี ค.ศ. ๑๙๗๓ (พ.ศ. ๒๕๑๖) ครับ

我生于<u>1973年</u>（佛历2516年）。

▓ วันเกิดของผมคือวันที่ ๑๒ มีนาคมครับ

我的生日是3月12日。

▓ ผมเข้ามหาวิทยาลัยในปี ค.ศ. ๒๐๑๕ (พ.ศ. ๒๕๕๘) ครับ

我<u>2015年</u>（佛历2558年）上大学。

▓ ตรุษจีนปีนี้ตรงกับวันที่ ๒๒ มกราคมครับ

今年的春节是1月22日。

ศัพท์เพิ่มเติม

补 充 词 汇

ปฏิทิน 日历　วันปีใหม่ 新年　สัปดาห์ 周　วันชาติ 国庆节
วันสงกรานต์ 泼水节

เวลา

时　间

วลีและรูปประโยค
常用词语和句型

กี่โมง/ทุ่ม	几点钟
กี่ชั่วโมง/นาที/วินาที	多少小时/分钟/秒钟
นานเท่าไหร่	多长时间，多久
เวลาเรียน/ทำงาน/พักผ่อน	学习/工作/休息时间
เร็วกว่า/ช้ากว่า/ต่างกัน	快/慢/相差
เวลาใน...กับ...ต่างกัน...ชั่วโมง	……与……时差为……小时

คำถาม

问 句

ตอนนี้กี่โมงแล้วครับ
现在几点了？

นาฬิกาของคุณตรงไหมคะ
你的手表准吗？

เช้านี้ / บ่ายนี้คุณจะทำอะไรคะ
今天上午/下午你要做什么？

รับประทานอาหารเช้า / อาหารเที่ยง / อาหารเย็น กี่โมงคะ
几点吃早餐/午餐/晚餐？

ร้านค้าเปิด / ปิดกี่โมงคะ

商店几点开门/关门？

คุณทำงานวันละกี่ชั่วโมงคะ

你一天工作几小时？

จากหนานหนิงบินไปกรุงเทพฯ ต้องใช้เวลากี่ชั่วโมงคะ

从南宁飞往曼谷要多少个小时？

คุณเรียนภาษาไทยนานเท่าไหร่แล้วคะ

你学习泰语多长时间了？

ภาพยนต์เรื่องนี้จะฉายนานไหมคะ

这部电影放映的时间长吗？

คุณมาถึงประเทศจีนเมื่อไหร่คะ

你什么时候来到中国？

คุณพักอยู่ประเทศจีนกี่วันแล้วคะ

你在中国住了几天？

คุณจะกลับเมื่อไหร่คะ
你什么时候回去？

คำตอบ

回 答

ตอนนี้เก้าโมง (สามโมงเช้า)ครับ

现在是上午9点。

ตอนเช้าสิบโมงครึ่งครับ

上午10点半。

อีก ๑๕ นาทีสิบเอ็ดโมงครับ

差一刻11点。

ตอนเที่ยงครับ
中午12点。

บ่ายสามโมงสิบห้านาทีครับ
下午3点15分。

กลางคืนสี่ทุ่มครับ
晚上10点。

ตีสามครับ
凌晨3点。

นาฬิกาของผมเร็ว / ช้าไปสองนาทีครับ
我的表<u>快</u>/<u>慢</u>2分钟。

ปกติฉันจะอยู่บ้านตอนกลางคืนค่ะ
我一般晚上在家。

ผมมาสาย ๑๐ นาทีครับ
我迟到了10分钟。

ซุปเปอร์มาร์เก็ตนี้เปิดให้บริการ ๒๔ ชั่วโมงครับ
这个超市24小时营业。

วันหนึ่งผมทำงานแปดชั่วโมงครับ
我一天工作8个小时。

พวกเราเรียนภาษาจีนอาทิตย์ละห้าวันครับ
我们一星期学习汉语5天。

ทุกครั้งเขาเล่นเกมส์ <u>ไม่ต่ำกว่า ๒ ชั่วโมง/ไม่เกิน ๓ ชั่วโมง</u> ครับ
他玩游戏每次<u>不少于2个小时/不超过3个小时</u>。

อีกสองชั่วโมงถึงจะเลิกเรียนครับ
还有两个小时才放学。

ผมรอชั่วโมงกว่าแล้วครับ
我等了一个多小时了。

<u>เดี๋ยว</u> (อีกสักครู่) เขาจะมาครับ
他一会儿就来。

หนังเรื่องนี้ฉายประมาณ (ราว ๆ)สามชั่วโมงครับ

这部电影的放映时间约为3个小时。

ถึงเวลาพักผ่อนแล้วครับ

休息时间到了。

เวลาในเมืองไทยกับเมืองจีนต่างกันหนึ่งชั่วโมงครับ

中国与泰国的时差为1个小时。

เวลาในเมืองจีนเร็วกว่าเวลาในเมืองไทยหนึ่งชั่วโมงครับ

中国的时间比泰国快1个小时。

ผมเรียนภาษาไทยมาสองปีแล้วครับ

我学习泰语两年了。

ศัพท์เพิ่มเติม

补充词汇

วินาที 秒　　ตอนเย็น 傍晚　　ตอนค่ำ 晚上

ตอนดึก 深夜　　กระชั้น （时间）紧迫

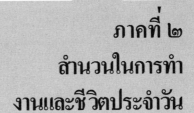

ภาคที่ ๒
สำนวนในการทำ
งานและชีวิตประจำวัน

第二部分
工作与生活常用口语

การขอวีซ่า
申请签证

วลีและรูปประโยค
常用词语和句型

ขอวีซ่า...ไปประเทศ...   申请前往……国的……签证

วีซ่าประเภทราชการ/ธุรกิจ

/การศึกษา/ท่องเที่ยว   公务/商务/留学/旅游签证

ออกวีซ่าให้...   给……办理签证

ขอเปลี่ยนวีซ่า...เป็นวีซ่า...   把……类签证换成……类签证

ต่อวีซ่าก่อนหมดอายุ   签证到期前办理延期

ผู้ขอ

申 请 者

ผมจะขอวีซ่าประเภทราชการ / วีซ่าประเภทธุรกิจ / วีซ่า

ประเภทการศึกษา / วีซ่าประเภทท่องเที่ยวไปประเทศจีนครับ

我想申请前往中国的公务签证/商务签证/留学签证/旅游签证。

ผมจะขอวีซ่าเข้าเมืองที่สามารถเข้าออกได้หลายครั้งภายใน

เวลา ๓ เดือนครับ

我想申请3个月内多次往返的签证。

คณะผู้แทนจีนจะไปศึกษาดูงานที่ประเทศไทย กรุณาออกวีซ่าให้ ได้ไหมครับ

中国代表团要前往泰国考察，请您给他们办理签证，可以吗？

ช่วยบอกผมหน่อยว่ามีระเบียบการอย่างไรบ้างครับ

请告诉我应办理哪些手续。

การขอวีซ่าต้องใช้เอกสารอะไรบ้างครับ

申请签证需要哪些证件？

ผมอยากไปเรียนที่ประเทศไทยด้วยทุนส่วนตัวครับ

我想去泰国自费留学。

กรุณาบอกผมว่า การขอวีซ่ามีเงื่อนไขอะไรบ้างครับ

请告诉我办理签证需要哪些条件。

ผมจะไปทำงานที่ประเทศไทย ไม่ทราบว่าการขอวีซ่าไปทำงานต้องเตรียมเอกสารอะไรบ้างครับ

我要去泰国工作，不知道要准备些什么材料才能申请工作签证。

ขอถามว่า ไปเวียงจันทน์โดยผ่านหนองคาย ต้องขอวีซ่าข้ามแดนไหมครับ

请问经廊开前往万象需要办理过境签证吗？

ผมขอวีซ่า 3 เดือนนะครับ

我申请3个月的签证。

ผมขอเปลี่ยนวีซ่าท่องเที่ยวเป็นวีซ่าการศึกษาครับ

我要把旅游签证换成学习签证。

ต้องรอนานเท่าไรถึงจะได้วีซ่าครับ

需要等多长时间才能办好？

ขอโทษครับ ทำไมวีซ่าของผมถึงไม่ผ่านครับ

请问我为什么被拒签？

เจ้าหน้าที่

工 作 人 员

คุณนำเอกสารมาครบหรือยังคะ

您把材料都带齐了吗？

คุณต้องการทำวีซ่าชนิดไหนคะ

您要办什么签证？

คุณจะเดินทางไปเพื่อธุรกิจหรือท่องเที่ยวคะ

您出行是为商务活动还是旅游?

คุณจะอยู่ที่ประเทศจีนนานเท่าไรคะ

您要在中国逗留多长时间?

คุณมีจดหมายเชิญไหมคะ

您有邀请信吗?

หากคุณอยู่ไม่เกิน ๒๔ ชั่วโมง ก็ไม่ต้องขอวีซ่าข้ามแดนค่ะ

如果逗留的时间不超过24小时,就不需要办过境签证。

คุณต้องมีใบตอบรับเข้าเรียนของมหาวิทยาลัยที่คุณจะไปเรียนค่ะ

你要有大学的录取通知书。

ถ้าจะขอวีซ่าไปทำงาน คุณต้องเตรียมหนังสือเดินทาง รูปถ่าย

ใบรับรองแพทย์และประกาศนียบัตร ทางบริษัทของคุณต้อง

เตรียมหนังสือลงทะเบียนของบริษัท ใบกำกับการเสียภาษี

และสัญญาจ้างงานค่ะ

要申请工作签证,您必须准备护照、相片、健康证明和学历证明,

您工作的公司必须出具公司注册证明、纳税证明和用工合同。

กรุณากรอก<u>ใบสมัคร</u> (แบบฟอร์มสมัคร) นี้ค่ะ

请填写这张申请表。

ขอหนังสือเดินทางของคุณค่ะ

请把您的护照交给我。

สถานกงสุลจะออกวีซ่าเพื่อการศึกษา 1 ปีค่ะ

领事馆将发给您1年的留学签证。

คุณต้องไปต่อวีซ่าที่กองตรวจคนเข้าเมืองก่อนหมดอายุหนึ่งสัปดาห์ค่ะ

您必须在签证到期前1周到移民局去办理签证延期手续。

กรุณาส่งรูปถ่ายขนาด ๒ นิ้ว ๒ รูป และค่าวีซ่า ๑,๙๐๐ บาทค่ะ

请交2张2寸的照片及1900铢签证费。

▨ รูปถ่ายของคุณใช้ไม่ได้ค่ะ
你的照片不合格。

▨ คุณต้องรออย่างน้อย ๓ วันค่ะ
您起码得等3天。

▨ เอกสารของคุณยังไม่ครบ กรุณาเตรียมให้ครบค่ะ
您还缺材料，请把材料补齐。

ศัพท์เพิ่มเติม
补充词汇

พาสปอร์ตส่วนตัว 因私护照　พาสปอร์ตราชการ 因公护照
ค้าขาย 经商　เยี่ยมญาติ 探亲　วีซ่ารีเอนทรี 回头签证

การตรวจคนเข้าเมือง และศุลกากร

边检与海关

วลีและรูปประโยค
常用词语和句型

หมดอายุแล้ว	已过期
ผ่านด่านศุลกากร	过海关
ของต้องเสียภาษี/สำแดง	要付税/申报的物品
เสียภาษี...	给……付税
ให้ความร่วมมือ	配合，合作
ขอบคุณที่ให้ความร่วมมือ	谢谢您的合作。

เจ้าหน้าที่

工 作 人 员

คุณถือหนังสือเดินทาง(พาสปอร์ต)ประเภทไหนคะ
您持的是什么护照？

กรุณาแสดงหนังสือเดินทางของคุณหน่อยค่ะ
请出示您的护照。

หนังสือเดินทางของคุณหมดอายุแล้วค่ะ
您的护照过期了。

ใบรับรองแพทย์ของคุณอยู่ไหนคะ
您的健康证明在哪儿？

คุณผ่านด่านศุลกากรหรือยังคะ

您过海关了吗?

คุณมีของต้องเสียภาษีไหมคะ

您有要付税的物品吗?

มีของต้องสำแดงไหมคะ

有需要申报的物品吗?

คุณต้องเสียภาษีกล้องถ่ายรูปเครื่องนี้ค่ะ

您必须给这部照相机付税。

สิ่งของทั้งหมดนี้ คุณไม่ต้องเสียภาษีค่ะ

这些东西你都不用上税。

กรุณากรอกแบบฟอร์มนี้ด้วยค่ะ

请填写这张表格。

กรุณากรอกแบบฟอร์มตรวจคนเข้าเมืองหน่อยค่ะ

请填写入境卡。

ขอตรวจกระเป๋าหน่อยค่ะ

要检查一下行李。

กรุณาให้ความร่วมมือในการตรวจ

请您配合我们的检查。

มีอะไรในกระเป๋าเดินทางใบนี้คะ

这旅行箱里有什么?

กรุณาเปิดกระเป๋าด้วยค่ะ สิ่งของพวกนี้เป็นอะไรคะ

请把箱子打开,这些东西是什么?

มีของต้องห้ามหรือเปล่าคะ

有没有违禁品?

ของพวกนี้ห้ามนำออกนอกเมืองค่ะ

这些物品禁止带出境。

คุณพกเงินตราต่างประเทศมาเท่าไรคะ

您带了多少外币？

เรียบร้อยแล้วค่ะ คุณสามารถผ่านด่านได้แล้วค่ะ

好了，您可以入境了。

ขอบคุณที่ให้ความร่วมมือค่ะ

谢谢您的合作。

คนเข้าเมือง

入 境 者

นี่เป็นหนังสือเชิญของเราครับ

这是我们的邀请信。

ผมเอาแต่ของใช้ส่วนตัวที่จำเป็นมาเท่านั้นครับ

我只带了生活必需品。

ผมมาเรียนหนังสือครับ

我来留学。

ผมต้องเสียภาษีเท่าไรครับ

我应该上多少税？

กรอกอย่างนี้ถูกต้องไหมครับ

这样填写正确吗？

ผมจะปิดกระเป๋าได้หรือยังครับ

我可以把皮箱盖起来了吗？

ศัพท์เพิ่มเติม

补 充 词 汇

ขาออก 出境　เข้าแถว 排队　ใบฉีดวัคซีน 预防接种证　ยกเว้นภาษี 免税

บัตรประชาชน 身份证　แบบฟอร์มแจ้งเงินตราต่างประเทศ 外币申报表

ติดตัว 随身携带　วัตถุไวไฟ 易燃品　วัตถุระเบิด 易爆品　ธรรมเนียม 惯例

การคมนาคมขนส่ง

交通运输

วลีและรูปประโยค

常用词语和句型

โดยสารเครื่องบิน/รถ...	乘坐飞机/……车
จองตั๋วเครื่องบิน...ที่	预订……张机票
จองตั๋ว/ยกเลิกตั๋ว/คืนตั๋ว	订票/取消订票/退票
ฝากสัมภาระเข้าเครื่องฟรีได้...กิโล	可免费托运……公斤行李
ใบฝากสัมภาระและบัตรผ่านขึ้นเครื่อง	行李托运单和登机牌
รัดเข็มขัดนิรภัย	系安全带
ป้ายรถเมล์สาย...อยู่ที่...	……路公交车的站牌在……

การโดยสารเครื่องบิน

乘飞机

ผู้โดยสาร

乘客

ช่วยบอกฉันด้วยว่าจะซื้อตั๋วเครื่องบินทางโทรศัพท์อย่างไร

请您告诉我，如何通过电话购买机票？

จะซื้อตั๋วเครื่องบินผ่านอินเตอร์เน็ตอย่างไร

如何在网上购买机票？

ตั๋ว E-ticket สามารถเช็คอินได้เช่นกันหรือเปล่า

电子机票同样可以办理登机手续吗？

ถ้าเป็นตั๋ว E-ticket ฉันจะเช็คอินอย่างไร

如果是电子机票，我怎么登机呢？

ผมขอจองตั๋วเครื่องบิน กรุงเทพฯ - เชียงใหม่ หนึ่งที่ครับ

我想订一张曼谷—清迈的飞机票。

ขอตั๋วเครื่องบินหนึ่งใบจากกรุงเทพฯ ไปกว่างโจววันที่ ๑๐ ตุลาคมนี้ครับ

我要一张10月10日从曼谷飞往广州的机票。

ขอตั๋วไปกลับ กรุงเทพฯ - ปักกิ่ง ๒ ใบครับ

买两张曼谷—北京的往返票。

ตั๋วเครื่องบิน กรุงเทพฯ - คุนหมิง ขาเดียว/ไปกลับ ราคาเท่าไรครับ

曼谷—昆明的单程/往返票价格是多少？

วันนี้มีเครื่องบินบินไปปักกิ่งไหมครับ

今天有飞往北京的航班吗？

เครื่องบินไปกว่างโจวเที่ยวหน้าจะออกเมื่อไหร่ครับ

飞往广州的下一班飞机什么时候起飞？

เที่ยวบินจากกว่างโจวไปหนานหนิงมีวันไหนบ้างครับ

哪些天有广州飞往南宁的航班？

จากกว่างโจวไปหนานหนิงเครื่องบินบินนานเท่าไรครับ

从广州到南宁要飞行多长时间？

เราต้องไปถึงสนามบินกี่โมงครับ

我们必须几点钟到达机场？

ต้องไปถึงหนึ่งชั่วโมงก่อนเครื่องจะออกครับ

必须在飞机起飞前1个小时到达机场。

จะเช็คอินได้ที่ไหนครับ

在哪儿办理登机手续？

เครื่องบินจะออกตรงเวลาหรือเปล่าครับ

飞机准点起飞吗？

ห้องพักผู้โดยสารขาออก/ผู้โดยสารเปลี่ยนเครื่องอยู่ที่ไหนครับ

出境旅客/转机乘客休息室在哪儿？

มีอาหารกลางวันบริการ (เสิร์ฟ) บนเครื่องบินหรือเปล่าครับ

飞机上提供午餐吗？

เที่ยวบินนี้มีตั๋วราคาพิเศษไหมครับ

这班飞机有特价票吗？

ดิฉันขอยกเลิก (แคนเซิล) ตั๋วที่จองไว้ค่ะ

我要取消订票。

ผมจะยืนยัน (คอนเฟิร์ม) ตั๋วเครื่องบินครับ

我想确认机票。

ผมขอคืนตั๋วครับ

我请求退票。

ผมต้องการเปลี่ยนวันเดินทางครับ

我要更改出行日期。

ผมขอที่นั่งชั้นธุรกิจ ๒ ที่ครับ

我要两个商务舱位。

ตั๋วหนึ่งใบสามารถฝากสัมภาระเข้าเครื่องฟรีได้กี่กิโลกรัมครับ

一张机票可以免费托运多少公斤行李？

ดิฉันสามารถนำกระเป๋าติดตัวขึ้นเครื่องได้กี่ใบคะ

我可以随身携带多少件行李？

สัมภาระที่น้ำหนักเกินจะคิดค่าขนส่งอย่างไรคะ

超重行李怎么收费？

ผมขอที่นั่งริมหน้าต่าง/ทางเดินครับ

我要靠窗/靠通道的位置。

เที่ยวบิน CZ3308 ไปขึ้นเครื่องที่ประตูไหนคะ

CZ3308号航班从哪个门登机？

เครื่องบินจะลงจอดที่สนามบินกี่โมงคะ

飞机几点钟着陆?

ไม่ทราบว่าที่นั่งของผมอยู่ที่ไหนครับ

请问我的座位在哪儿?

อากาศอย่างวันนี้เครื่องบินขึ้นบินได้ไหมครับ

今天的天气飞机能起飞吗?

เครื่องจะดีเลย์อีกนานไหมครับ

飞机要晚点多久呢?

เจ้าหน้าที่

工 作 人 员

คุณสามารถเลือกซื้อตั๋วเครื่องบินจากเว็บไซต์ที่เกี่ยวข้องได้โดย
ทำตามคำแนะนำของเว็บไซต์

你可以到相关网站，按提示操作选购机票。

การซื้อตั๋วผ่านอินเตอร์เน็ต คุณต้องชำระค่าตั๋วเครื่อนบินออนไลน์

在网上买机票，你必须在线支付机票款。

เมื่อเช็คอินที่สนามบิน คุณเพียงแต่แสดงบัตรประจำตัวประชาชนหรือ
หนังสือเดินทาง ก็สามารถรับบอร์ดดิ้งพาสได้

您到机场办理登机手续时，只需出示身份证或护照，就可以拿到登
机卡了。

ใช้ตั๋ว E-ticket สามารถตัดปัญหากังวลเรื่องลืมตั๋วหรือตั๋วหาย สะดวกจริง ๆ

使用电子机票可省去遗忘、丢失机票的烦恼，实在是太方便了!

ตอนนี้แค่สแกนบาร์โคดก็เช็คอินได้

现在扫二维码也可以登机了。

คุณต้องการตั๋วเครื่องบินของวันไหนคะ

您要哪一天的机票?

ขอโทษค่ะ เที่ยวบินจากปักกิ่งถึงกรุงเทพ ฯ ตั๋วเต็มหมดแล้วค่ะ

คุณต้องการเปลี่ยนวันเดินทางไหมคะ

对不起，从北京飞往曼谷的航班已经没有座位了，您要不要改期？

วันที่ 1 มกราคม ที่นั่งเต็มหมดแล้วค่ะ เหลือแต่ชั้นธุรกิจ/ชั้น

เฟิร์สคลาสซึ่งยังว่างอยู่ ๒ ที่ค่ะ

1月1日的座位都满了，只剩下2个商务舱/头等舱的座位。

ขอโทษค่ะ เที่ยวบินนี้ไม่มีตั๋วราคาพิเศษค่ะ

对不起，本次航班没有特价票。

ปกติ เที่ยวบินที่บินช่วงเช้าจะไม่มีตั๋วราคาพิเศษ สำหรับเที่ยว

บินที่บินหลัง ๑ ทุ่มมีส่วนลด ๓๐ เปอร์เซ็นต์ค่ะ

上午的航班一般没有特价票，晚上7点后的航班可以打7折。

ตั๋วหนึ่งใบสามารถฝากสัมภาระเข้าเครื่องฟรีได้ ๒๐ กิโลกรัมเท่านั้นค่ะ

一张机票只能免费托运20公斤行李。

เชิญขึ้นเครื่องที่ประตู ๓๗ นะคะ

请从37号门登机。

สัมภาระของคุณน้ำหนักเกินแล้วนะคะ

您的行李超重了。

นี่เป็นใบฝากสัมภาระและบัตรที่นั่งของคุณค่ะ

这是您的行李托运单和登机牌。

คุณต้องยืนยันตั๋วขากลับล่วงหน้า ๓ วันค่ะ

您要提前3天确认回程机票。

ขอบัตรผ่านขึ้นเครื่อง/ใบฝากสัมภาระนะคะ

请出示登机牌/行李托运单。

เที่ยวบิน CZ3308 ที่บินไปกว่างโจวจำเป็นต้องยกเลิก

เนื่องจากปัญหาสภาพอากาศค่ะ

飞往广州的CZ 3308 号航班因天气原因被取消。

เที่ยวบิน x จะเลื่อนเวลาออกเดินทางไปสองชั่วโมงเนื่อง

จากเครื่องยนต์ขัดข้อง ผู้โดยสารทุกท่าน โปรดนั่งรอที่ห้องพักผู้โดยสารค่ะ

X号航班因机械故障推迟两小时起飞，请乘客们在候机厅等待。

คุณต้องรอที่ห้องพักผู้โดยสารอีกประมาณ ๑ ชั่วโมงค่ะ

您还要在候机室等大约1个小时。

โปรดรัดเข็มขัดนิรภัยด้วยนะคะ

请系好安全带。

บนเครื่องบินห้ามใช้โทรศัพท์มือถือ / วิทยุค่ะ

飞机上禁止使用移动电话/收音机。

โปรดเก็บโต๊ะหน้าที่นั่งของท่านให้เข้าที่ค่ะ

请收起您座位前的小桌板。

ปรับที่นั่งให้อยู่ในระดับตรง และงดสูบบุหรี่ในขณะเครื่องบินบินขึ้นค่ะ

飞机起飞时，请把座位调整到正常位置，并且禁止吸烟。

เรากำลังลดระดับความสูงเพื่อลงสู่สนามบินหนานหนิงค่ะ

我们正降低飞行高度，准备在南宁机场降落。

❀ การโดยสารรถไฟ

～ 乘火车 ～

ผู้โดยสาร

乘 客

รถไฟไปกว่างโจวขบวนต่อไปจะออกเมื่อไหร่ครับ

开往广州的下一班火车什么时候开车？

นั่งรถไฟจากหนานหนิงไปกว่างโจวใช้เวลากี่ชั่วโมงครับ

从南宁到广州乘火车要几个小时？

ขอซื้อตั๋วตู้ปรับอากาศไปกุ้ยหลิน ๒ ใบ ราคาใบละเท่าไรครับ

买两张去桂林的空调车厢车票，一张多少钱？

ดิฉันขอที่นั่งใกล้หน้าต่าง ขอบคุณค่ะ

我要靠窗的位置，谢谢！

รถด่วนขบวนที่ ๘๑ จอดอยู่ชานชาลาไหนคะ

81次快车在哪个站台停靠?

รถไฟจอดที่นี่นานแค่ไหนคะ

火车在这儿停多长时间?

เจ้าหน้าที่

工作人员

รถไฟจะถึงบ่าย ๓ โมงครึ่งครับ

火车下午3点半到站。

ตั๋วรถไฟใบละ ๔๙ หยวนครับ

火车票每张49元。

รถขบวนที่ ๐๕ จอดชานชาลาที่ ๓ นะครับ

05次车停靠3号站台。

รถไฟจอดที่นี่ ๗ นาทีเท่านั้นครับ

火车只在这儿停靠7分钟。

ที่สถานีรถไฟมีที่รับฝากของต่าง ๆ เช่น กระเป๋าเดินทางหรือสิ่งของอื่น ๆ

火车站有寄存处，可寄存行李箱及别的东西。

ในตู้ปรับอากาศของรถไฟ ห้ามสูบบุหรี่

火车空调车厢禁止吸烟。

รถไฟขบวนนี้เข้าสถานีตรงเวลาเสมอ

这一趟火车到站都很准时。

การโดยสารรถแท็กซี่

乘出租车

ผู้โดยสาร

乘客

ไปรอรถแท็กซี่ที่ไหนคะ

到哪儿等出租车?

ช่วยนำกระเป๋าไปไว้ที่หลังรถได้ไหมคะ

请帮忙把行李放进车后厢，可以吗?

ไปสนามบินครับ

去飞机场。

ตามแท็กซี่คันหน้าไปเลยครับ

跟着前面那辆车走。

ไปที่อยู่นี้ครับ

去这个地址。

สายแล้ว ขับเร็วหน่อยครับ

我要迟到了，请开快一点。

โปรดอย่าขับเร็วเกินไปครับ

别开太快了。

หยุดตรงนี้ครับ ผมจะลงตรงนี้ครับ

在这儿停，我在这儿下车。

จอดตรงปากทางข้างหน้าครับ

在前面路口停车。

ผมต้องจ่ายเท่าไรครับ

我该付多少钱?

ไม่ต้องทอนนะครับ

不用找了。

คนขับรถ

司 机

ไม่ทราบว่าจะไปไหนครับ

请问到哪儿?

ไม่ทราบว่าคุณจะลงที่ไหนครับ

请问您到哪儿下车?

บ้านเลขที่เท่าไรครับ

门牌号是多少?

รถแท็กซี่ในกรุงเทพฯ คิดราคาตามมิเตอร์ครับ

曼谷的出租车按计价器计费。

การโดยสารรถประจำทาง

~ 乘公共汽车 ~

ผู้โดยสาร

乘 客

ป้ายรถเมล์อยู่ที่ไหนคะ

公共汽车站牌在哪儿？

ตั๋วรถใบละเท่าไหร่คะ

车票多少钱一张？

รถไฟฟ้าเที่ยวแรก / เที่ยวสุดท้ายวิ่งกี่โมงคะ

首班/末班轻轨电车几点开？

ไปถนนเยาวราชต้องนั่งรถสายไหนคะ

去耀华力路要坐几路车？

ต้องต่อรถไหมคะ

需要换车吗？

มีรถเมล์ผ่านสนามหลวงหรือเปล่าคะ

有公共汽车经过皇家田广场吗？

ดิฉันจะลงที่ X ถึงแล้วช่วยบอกด้วยนะคะ

我要在X下车，到了请告诉我。

ไปสวนสัตว์นั่งรถสายนี้ถูกไหมคะ

去动物园坐这路车，对吗？

คุณทราบไหมคะว่า ป้ายรถเมล์สาย ๒๖ อยู่ที่ไหนคะ

您知道26路车的站牌在哪儿吗？

จากที่นี่ไปสถานีรถไฟต้องนั่งกี่ป้ายคะ

从这儿到火车站要坐几站？

ไปโรงพยาบาลจุฬาฯ ต้องลงป้ายไหนคะ

到朱大医院要在哪一站下车？

ขอโทษค่ะ ขอลงด้วยค่ะ

对不起，我要下车。（*对其他乘客说*）

คุณจะลงไหมคะ

你下车吗？（*对其他乘客说*）

เปิดประตูด้วยค่ะ

请开车门。（*对司机说*）

สนามหลวง สองคนค่ะ

去皇家田广场，两个人。（*向售票员买票时说*）

พนักงานขายตั๋ว

售票员

คนละ ๘ บาทครับ

每人8铢。

ถึงแล้วครับ

到了。

ครับ ระวังรถนะครับ

好的，请小心车。

ที่นี่จอดไม่ได้ครับ

这里不可以停车。

ศัพท์เพิ่มเติม

补充词汇

ต่อเครื่องบิน 转机　เที่ยวบินบินตรง 直航班机　เมาเครื่องบิน 晕机

โหลดกระเป๋า 托运行李　ระหว่างประเทศ 国际　ภายในประเทศ 国内

ที่นั่งนุ่ม / แข็ง 软/硬座　เตียงบน/ล่าง 上/下铺　รถ ป.อ. 空调公共汽车

รถไฟใต้ดิน 地铁　พนักงานรถไฟ 列车员　ตู้สูบบุหรี่ 吸烟车厢

ตู้ปลอดบุหรี่ 不吸烟车厢　รถไฟความเร็วสูง 高铁；动车

ไปรษณีย์และโทรคมนาคม
邮政与电信

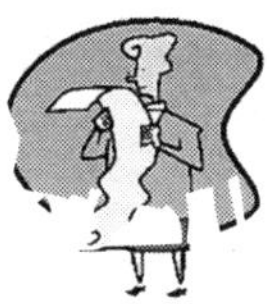

วลีและรูปประโยค
常用词语和句型

ส่งจดหมายลงทะเบียน/ธรรมดา/ด่วน	寄挂号信/平信/急件
ส่งพัสดุภัณฑ์	寄包裹
ขอสาย/พูดกับ...	要和……通电话
...กำลังพูด	我就是（你要找的）……
รับโทรศัพท์/โทรไม่ติด	接听电话/打不通
กรุณารอสักครู่/ฝากข้อความ	请稍等/留言
ค่าโทรศัพท์นาทีละเท่าไร	电话费每分钟是多少？
ฝากบอก...ว่า...	请转告……说……

ที่ทำการไปรษณีย์
在邮局

 ลูกค้า

顾客

ที่ทำการไปรษณีย์เปิด/ปิดกี่โมงคะ

邮局几点开门/关门？

ดิฉันจะส่งจดหมายลงทะเบียน / จดหมายธรรมดา / จดหมายด่วนค่ะ

我要寄挂号信/平信/急件。

ส่งจดหมายถึงประเทศไทย / จีนต้องติดแสตมป์เท่าไรคะ

寄信到泰国/中国要贴多少邮票？

ช่วยชั่งดูหน่อยว่าจดหมายฉบับนี้ต้องติดแสตมป์เท่าไรคะ

请称一下这封信（重量），看要贴多少邮票？

ขอแสตมป์ ๑๐ บาท ๕ ดวงค่ะ

买5张10铢的邮票。

ดิฉันขอแสตมป์ที่ระลึก ๒ ชุดค่ะ

请给我两套纪念邮票。

เปิดตู้ไปรษณีย์ครั้งแรก / ครั้งสุดท้ายกี่โมงคะ

第一次/最后一次开邮筒是几点？

ตู้ไปรษณีย์อยู่ไหนคะ

邮筒在哪儿？

ดิฉันจะส่งพัสดุภัณฑ์ไปประเทศไทยนะคะ

我想寄包裹到泰国。

พัสดุภัณฑ์ส่งช่องไหนคะ

寄包裹在几号窗口？

ส่งพัสดุภัณฑ์ไปต่างประเทศทางเรือ/ทางอากาศ คิดราคาอย่างไรคะ

寄往国外的海路/航空包裹怎么计费？

ส่งทางเครื่องบินค่ะ

空运。

ส่งถึงเซี่ยงไฮ้ ปกติใช้เวลากี่วันคะ

寄到上海一般要几天？

ดิฉันขอสั่งจ่ายธนาณัติ ๕,๐๐๐ บาทค่ะ

请给我办5000铢的汇款。

ดิฉันขอเบิกธนาณัติใบนี้ค่ะ

我要领这张汇款单的钱。

ขอซื้อไปรษณียบัตร 2 ใบค่ะ

买两张明信片。

เจ้าหน้าที่

工 作 人 员

จะส่งจดหมายแบบธรรมดา / ลงทะเบียน / ทางอากาศ ใช่ไหมคะ

要寄平信/挂号信/航空信，是吗？

จดหมายฉบับนี้น้ำหนักเกิน ๒ กรัมค่ะ

这封信超重两克。

จดหมายฉบับนี้ต้องติดแสตมป์ ๑๑ บาทค่ะ

这封信要贴11铢邮票。

ส่งพัสดุ เชิญช่องหมายเลข ๔ ค่ะ

寄包裹请到4号窗口。

พัสดุนี้คุณจะส่งแบบธรรมดาหรือด่วนคะ

这包裹你要寄普通件还是快件？

จะส่งของประเภทไหนคะ

要寄什么东西？

ในพัสดุเป็นอะไรคะ

包裹里是什么？

จะส่งทางเรือหรือทางอากาศคะ ถ้าส่งทางเรือจะถูกกว่า

要海运还是空运？ 海运便宜点。

กรุณากรอกใบแจ้งศุลกากรฉบับนี้ค่ะ

请填这张报关表。

แบบฟอร์มอยู่ข้างหลังคุณค่ะ

表格在您的背后。

คุณสามารถซื้อกล่องพัสดุภัณฑ์ได้ที่นี่ค่ะ

您可以在这儿买包装盒。

ที่นี่มีกล่องพัสดุภัณฑ์จำหน่ายค่ะ

这儿有包装盒出售。

กรุณาผนึกกล่องด้วยสก็อตเทป แล้วผูกเชือกให้แน่นค่ะ

请用胶带把盒子封好，再用绳子捆好。

โทรศัพท์

电话

ผู้โทร

 主 叫

สวัสดีค่ะ ขอสายคุณสมชัยค่ะ

您好！请宋猜先生听电话。

ขอพูดกับคุณสวัสดิ์ค่ะ ขอบคุณค่ะ

请找沙瓦先生听电话，谢谢！

ไม่ทราบว่าคุณโจวอยู่หรือเปล่าครับ

请问周先生在吗？

ผมสมพงศ์ครับ

我是松蓬。

ผมขอปรึกษาเรื่องสัญญากับท่านครับ

我想跟您商量合同的事。

ขอต่อห้อง ๕๓๐ ค่ะ

请转530号房。

ขอต่อสาย ๒ ค่ะ

请转2号分机。

ขอสายนอกครับ

请接外线。

ได้ค่ะ ดิฉันจะถือสายรอค่ะ

好的，我会持机等候。

ผมค่อยโทรมาใหม่ครับ

我再打去吧。

ขอฝากบอกเขาว่า วินัย จากบริษัท CIT โทรมา ได้ไหมครับ

请转告他，CIT公司的威奈打电话来找他，可以吗？

ฝากบอกให้โทรกลับเบอร์ X ได้ไหมครับ

请让他给X号码回电，可以吗？

คุณช่วยรับฝากข้อความหน่อยได้ไหมคะ

您替捎个口信可以吗？

ฝากบอกว่าอุไร โทรมาหาค่ะ

请转告他，舞莱打电话来。

ถ้าคุณหวังกลับมาแล้ว กรุณาให้คุณหวังโทรกลับมาหาผมด้วยครับ

王先生回来后，请他给我回电话。

ผู้รับสาย

被 叫

ฮัลโหล

喂？

สวัสดีค่ะ บริษัทสุรพลค่ะ

您好！素拉潘公司。

สวัสดีค่ะ ที่นี่ร้านอาหารเฟินเฟินค่ะ

您好！芬芬餐馆。

ไม่ทราบจะขอสายใครคะ

请问找哪一位？

ไม่ทราบจะหาใครคะ

您找谁呀？

คุณต้องการพูดกับใครคะ

你要找谁接电话？

นั่นใครพูดคะ

是哪位呀？

ไม่ทราบว่าโทรจากไหนคะ

从哪里打来？

กรุณารอสักครู่ค่ะ

请稍候。

ท่านกำลังพูดสายอื่นอยู่ กรุณารอสักครู่หรือค่อยโทรมาใหม่ค่ะ

他正在通话中，请稍等或稍后再打过来。

ท่านไม่อยู่ค่ะ

他不在。

ท่านกำลังประชุมอยู่ค่ะ

他正在开会。

ท่านมีอะไรจะฝากไว้หรือเปล่าคะ

您要留言吗？

ผมกำลังพูดอยู่ครับ

我就是。

อย่าเพิ่งวางสายนะคะ

先别挂机。

ขอทราบเบอร์โทรศัพท์ของคุณด้วยค่ะ

请问您的电话号码是多少？

อื่น ๆ

其 他

แถวนี้มีตู้โทรศัพท์ไหมคะ

这一带有电话亭吗？

คุณมีบัตรโทรศัพท์ (การ์ดโฟน) ไหมคะ

你有电话卡吗？

จะต่อสายนอกหรือสายในคะ

要打外线还是内线？

ถ้าจะโทรสายนอก กด ๙ ก่อน แล้วต่อด้วยหมายเลขที่ท่านต้องการ

如果要打外线，请先拨9，再拨您要的号码。

แก้วตาคะ โทรศัพท์ค่ะ

羔达，你的电话。

ดิฉันขอใช้โทรศัพท์ของคุณหน่อย ได้ไหมคะ

我用一下您的电话，可以吗？

ดิฉันได้คุยกับเขาทางโทรศัพท์แล้วค่ะ

我和他通过电话了。

คุณโทรผิดหรือเปล่าคะ

您拨错号码了吧？

ดิฉันกำลังรอโทรศัพท์อยู่ค่ะ

我在等电话。

ผมโทรไม่ติดครับ

我拨不通。

คุณสามารถโทรเข้ามือถือผมได้ทุกเมื่อครับ

你可以随时拨打我的手机。

ขอโทษครับ ผมโทรผิดครับ

对不起，我拨错了。

ขอโทษครับ นั่นเบอร์ X ใช่ไหมครับ

对不起，是X号电话吗？

ผมต้องการต่อโทรศัพท์ถึง X ครับ

我要打电话给X。

ค่าโทรศัพท์นาทีละเท่าไรครับ

电话费每分钟是多少？

จะจ่ายเงินสดหรือเก็บปลายทางครับ

是付现金还是对方付费？

อีเมล์
电子邮件

ผู้ส่ง
发件人

ขอที่อยู่อีเมล์ของคุณหน่อยค่ะ เดี๋ยวฉันจะส่งอีเมล์มาค่ะ
您的邮箱地址是什么？一会儿我给您发一封电子邮件。

คุณได้รับอีเมล์หรือยังคะ
电子邮件您收到了吗？

อีเมล์มีไฟล์แนบด้วย กรุณาเปิดรับ
邮件里含有附件，请您注意查收。

ผู้รับ
收件人

ที่อยู่อีเมล์ของฉันคือ XXXXXX
我的邮箱地址是XXXXXX。

ได้รับแล้วค่ะ ขอบคุณค่ะ
收到了，谢谢！

เดี๋ยวผมจะเช็คดูครับ ขอบคุณครับ
一会我就查看，谢谢您！

ศัพท์เพิ่มเติม
补充词汇

จดหมายอีเอ็มเอส 特快专递 ส.ค.ส. 贺年卡 รหัสไปรษณีย์ 邮政编码
ซองจดหมาย 信封 โทรเลข 电报 โทรสาร / แฟกซ์ 传真
สิ่งตีพิมพ์ 印刷品 บุรุษไปรษณีย์ 邮递员 โอเปอเรเตอร์ 接线员
โทรศัพท์สาธารณะ 公用电话

ธนาคาร
银 行

วลีและรูปประโยค
常用词语和句型

เปิดบัญชีเงินฝากออมทรัพย์	开活期存款账户
ฝากเงินเข้าบัญชี	存钱入账户
แลกเป็นแบงค์ย่อย	换成零钞
ขึ้นเงินเช็คใบนี้	兑现这张支票
โอนเงินไปต่างประเทศ	向国外转钱
เบิกเงินจากตู้เอทีเอ็ม	从自动取款机取款
แลกเงิน...เป็นเงิน...	把……兑换成……

การแลกเงินตราต่างประเทศ
兑换外币

 ลูกค้า

客 户

ผมจะแลกเงินได้ที่ไหนครับ

我在哪儿可以换钱?

อัตราแลกเปลี่ยนวันนี้เท่าไรครับ

今天的汇率是多少?

ป้ายประกาศอัตราแลกเปลี่ยนอยู่ตรงไหนครับ

外汇牌价在哪儿?

เงินดอลลาร์สหรัฐฯ 1 ดอลลาร์จะแลกเงินหยวนได้กี่หยวนครับ

1美元可以换多少元人民币?

ผมจะเอาเงินบาทของไทยมาแลกเป็นเงินหยวนของจีนได้ไหมครับ

我可以用泰铢换人民币吗?

ผมขอแลกหนึ่งพันหยวน ผมต้องให้เงินบาทไทยคุณเท่าไรนะครับ

我要换1000元人民币，我需要给你多少泰铢?

เจ้าหน้าที่

工作人员

คุณถือเงินตราสกุลไหนคะ

您持的是什么货币?

คุณถือเงินสดหรือเช็คเดินทางคะ

您持现金还是旅游支票?

คุณต้องการแลกเท่าไรคะ

您要兑换多少?

จะแลกซื้อหรือแลกคืนคะ

要买入还是卖出?

เงินดอลลาร์สหรัฐฯ ๑๐๐ ดอลลาร์แลกเงินไทยได้ X บาทค่ะ

100美元换X铢。

เงินบาทแข็งตัวขึ้นแล้ว X บาทแลกได้ 1 ดอลลาร์สหรัฐฯ / ดอลลาร์ยูโรค่ะ

泰铢升值了，X铢可以换1美元 /欧元。

อัตราแลกเปลี่ยนของดอลลาร์สหรัฐฯ สูงขึ้น / ลดลง

美元的兑换率提高/降低了。

โปรดกรอกแบบฟอร์มนี้ค่ะ

请填写这张表格。

นี่คือเงินที่คุณแลกได้ โปรดนับดูด้วยค่ะ

这是您兑换的钱，请点一下。

การฝาก/ถอนเงิน

~ 存 / 取款 ~

ลูกค้า

 客 户

ธนาคารที่อยู่ใกล้แถวนี้มีไหม ชื่อธนาคารอะไรคะ

这儿附近有银行吗？叫什么银行？

ดิฉันต้องการเปิดบัญชีเงินฝากออมทรัพย์ค่ะ

我要开活期存款账户。

ดิฉันจะเปิดบัญชีใหม่ของธนาคารที่นี่ค่ะ

我要在这里的银行开新账户。

ดิฉันขอฝากเงิน ๑,๐๐๐ หยวนเข้าบัญชีใหม่ของดิฉันค่ะ

我要存1000元到我的新账户。

ดิฉันต้องการส่งเงินด้วย<u>ตั๋วแลกเงิน</u> (ดราฟท์) ค่ะ

我要以汇票方式寄钱。

ดอกเบี้ยต้องเสียภาษีไหมคะ

利息要上税吗？

<u>นี่คือสมุดบัญชี/บัตรของดิฉันค่ะ</u>

这是我的<u>存折／银行卡</u>。

ดิฉันขอปิดบัญชีค่ะ

我想销户。

ขอโทษค่ะ กรุณาแลกเป็นแบงค์ย่อย ได้ไหมคะ

劳驾，请把这钱换成小票，可以吗？

ดิฉันขอแบงค์ ๕๐๐ หนึ่งใบและแบงค์ ๑๐๐ ห้าใบ ได้ไหมคะ

您能给我一张面值500铢和五张面值100铢的票子吗？

ขอขึ้นเงินเช็คใบนี้ค่ะ

我想兑现这张支票。

ดิฉันจะเอาเช็คเดินทางแลกเป็นเงินสดได้ไหมคะ

我可以将旅行支票换成现金吗？

บัตรเครดิตของดิฉันหาย ตอนนี้มาแจ้งอายัดค่ะ

我的信用卡遗失了，现来挂失。

จำนวนถูกต้องค่ะ ขอบคุณค่ะ

数目对了，谢谢！

ดิฉันจะโอนเงินจากประเทศไทยเข้าบัญชีธนาคารของประเทศ
จีนได้ไหมคะ

我可以从泰国转账入中国的银行账户吗？

กรุณาช่วยบอกวิธีโอนเงินไปต่างประเทศให้ด้วยนะครับ

请您告诉我向国外转账的方法。

การโอนเงินจากประเทศไทยเสียค่าธรรมเนียมแพงไหม อัตราเท่าไรคะ

从泰国转账手续费贵吗？费率是多少？

เช็คของฉันใบนี้เบิกไม่ได้ ไม่ทราบว่าฉันควรจะทำอย่างไรคะ

我这张支票兑现不了，请问我该怎么办？

เจ้าหน้าที่

工 作 人 员

คุณจะฝากประจำหรือเผื่อเรียกครับ

您要存定期还是活期？

ถ้าคุณจะถอนเงินจากธนาคาร คุณสามารถมอบฉันทะให้ผู้อื่น

ทำการแทนได้ครับ

如果您要从银行取钱，您可以委托别人办理。

เวลามาติดต่อกับธนาคาร คุณจะต้องนำหนังสือเดินทางมาด้วย
ทุกครั้งครับ

每一次您到银行办理业务，都要带上您的护照。

คุณจะเอาเงินจากเช็คเข้าบัญชี หรือจะเอาเป็นเงินสดนะครับ

您要把支票上的钱存入账户还是领取现金？

ดอกเบี้ยคือปีละ3%

一年的利率是3%。

กรุณากรอกแบบฟอร์มนี้ครับ

请填写这张表格。

กรุณาเขียนที่อยู่ หมายเลขโทรศัพท์พร้อมเซ็นชื่อนะครับ

请写上您的住址、电话并签名。

กรุณาลงนามตรงนี้ครับ

请在此签上您的名字。

นี่คือสมุดบัญชีของคุณ ถ้าหากทำหาย โปรดแจ้งให้เราทราบ
ทันทีนะครับ

这是您的存折，若遗失，请马上向我们挂失。

นี่เป็นเงินต้นและดอกเบี้ยในบัญชีของคุณครับ

这是您户头的本金和利息。

คุณสามารถใช้บัตรเอทีเอ็มเบิกเงินจากตู้เอทีเอ็มได้ครับ

您可以用卡从自动取款机取款。

บัญชีของคุณเบิกเกินแล้วครับ

您的户头透支了。

กรุณาเขียน "จ่ายเรียบร้อยแล้ว" พร้อมเซ็นชื่อและวันเดือนปี
ไว้หลังเช็คด้วยนะครับ

请您在支票背面写上"付讫"字样，并签上姓名、日期。

กรุณาไปรับเงินที่<u>แผนกรับจ่าย / ช่องหมายเลข ๒</u> นะครับ
请您到<u>出纳柜/二号窗口</u>取钱。

ศัพท์เพิ่มเติม
补 充 词 汇

เช็คเงินสด 现金支票   เช็คขีดคร่อม 画线支票
ใบฝากเงิน 存款单   ใบถอนเงิน 取款单
ใบสั่งจ่ายเงิน 付款通知单   เอกสารรับรอง 证件
เหรียญ 硬币   ธนาคารออมสิน 储蓄银行
ธนาคารพาณิชย์ 商业银行

การพักโรงแรม
และการเช่าห้องพัก

入住酒店与租房

วลีและรูปประโยค
常用词语和句型

ค่าห้องรวมอาหารเช้าไหม	房费含早餐吗？
เอากระเป๋าไปส่งที่ห้อง	把行李送到房间
ฝากกุญแจไว้ที่เคาน์เตอร์	把钥匙放在服务台
เวลาเช็คเอาท์คือตอนเที่ยง	退房时间是中午 12 点。
เซ็นสัญญาเช่าห้อง	签租房合同
ค่า...คิดอย่างไร	……费如何计算？
จ่ายเงินมัดจำเช่าห้อง	交租房押金

การพักโรงแรม

入住酒店

 ลูกค้า

 客 人

เราอยู่โรงแรมไหนครับ

我们住哪个旅馆？

นี่เป็นโรงแรมกี่ดาวครับ

这是一家几星级的酒店？

ไม่ทราบว่าที่นี่มีห้องว่างไหมครับ

请问这里有空房吗？

ผมขอดูห้องก่อนได้ไหมครับ

我可以先看看房间吗？

ห้องผมอยู่ชั้นไหน เบอร์อะไรครับ

我的房间在几楼几号？

ค่าห้องวันละเท่าไรครับ

房间多少钱一天？

จ่ายมัดจำก่อนหรือจ่ายค่าห้องทีเดียวครับ

是先付押金还是一次付清房费？

ค่าห้องรวมอาหารเช้าและค่าบริการไหมครับ

房费包括早餐与服务费吗？

เราอยากจองห้องเตียงเดี่ยว /เตียงคู่ หนึ่งห้องครับ

我们想订一间单人/双人房。

เราจะพักที่นี่ ๕ คืนครับ

我们要住5晚。

ช่วยเอากระเป๋าไปส่งที่ห้องผมด้วยนะครับ

请把行李送到我的房间去。

ช่วยโทรปลุกผมตอน ๖ โมงเช้านะครับ

早上6点请打电话叫我起床。

ไม่ทราบว่าที่นี่โทรศัพท์ไปต่างประเทศ / ส่งโทรสาร(แฟกซ์) /
ใช้อินเทอร์เน็ตได้ไหมครับ

请问这儿可以打国际电话/发传真/上网吗？

ค่าโทรศัพท์คิดอย่างไรคะ

电话费如何算？

ดิฉันอยากใช้อินเทอร์เน็ตหาข้อมูลค่ะ

我想上网查询资料。

ดิฉันอยากส่งอีเมล์ให้เพื่อนค่ะ

我要给朋友发电子邮件。

ที่นี่ลิงค์เวบไซต์ของประเทศจีนได้ไหมคะ

这儿可以连接中国的网站吗?

ที่นี่ดาวน์โหลดข้อมูลจากอินเทอร์เน็ตได้ไหมคะ

这儿能否下载网上的资料?

ค่าใช้อินเทอร์เน็ตคิดอย่างไรคะ

上网费如何计算?

พนักงาน

服 务 员

คุณจองห้องไว้ก่อนหรือเปล่าคะ

你预订房间了吗?

คุณจะเข้าพักเมื่อไหร่คะ

您什么时候入住?

คุณตั้งใจพักกี่วันคะ

您打算住几天?

จะพักกี่คนคะ

有几位入住?

ขอโทษค่ะ ห้องเต็มแล้วค่ะ

对不起,旅馆客满。

กรุณากรอกแบบฟอร์มนี้ด้วยนะคะ

请您填这张表格。

กรุณาเขียนชื่อ นามสกุล อายุ อาชีพ ที่อยู่และหมายเลข
พาสปอร์ตของคุณค่ะ

请您填上您的姓名、年龄、职业、住址与护照号码。

ค่าห้องวันละ ๗๐๐ บาท รวมอาหารเช้า ถึงตอนเที่ยงวันที่สอง
นับเป็นหนึ่งวันค่ะ

房费每天700铢，包早餐，到第二天中午12点为一天。

อาหารเช้าคิดต่างหาก ท่านละ X บาทค่ะ

早餐另算，每人X铢。

เวลาออกจากห้อง คุณสามารถฝากกุญแจไว้ที่เคาน์เตอร์ได้ค่ะ

出门时您可以把钥匙放在服务台。

เวลาเช็คเอาท์คือตอนเที่ยงค่ะ

退房时间是中午12点。

ถ้าต้องการโทรศัพท์ไปต่างประเทศ ส่งโทรสาร(แฟกซ์) ฯลฯ
กรุณาติดต่อศูนย์ลูกค้าสัมพันธ์ที่ชั้นหนึ่งนะคะ

你若需要打国际电话、发传真等，请与一楼的商务中心联系。

❀ การเช่าห้องพัก

--- ❧ 租房 ❧ ---

ผู้เช่า

租 房 者

ผมอยากเช่าห้อง ไม่ทราบว่าที่นี่มีห้องว่างไหมครับ

我想租房子，这里有空房吗?

ผมอยากเช่าห้องชุดเล็ก ๆ สำหรับคนเดียวครับ

我想租一间单人小套间。

ผมอยากเช่าห้องที่มีเฟอร์นิเจอร์ครับ

我想租一间带家具的房子。

มีเครื่องปรับอากาศ / เครื่องทำความร้อนไหมครับ

有空调/暖气吗?

ค่าเช่าห้องเท่าไหร่ครับ

房租是多少?

ค่าน้ำค่าไฟคิดอย่างไรครับ

水电费如何计算?

ผมสามารถย้ายเข้ามาได้เมื่อไหร่ครับ

我什么时候可以搬进来?

ผู้ให้เช่า

 房 主

ค่าห้องเดือนละ X บาทค่ะ

房租每月X泰铢。

ค่าน้ำยูนิตละ X บาท ค่าไฟยูนิตละ Y บาท

水费每吨X铢，电费每度Y铢。

ค่าห้องต้องจ่ายช่วงต้นเดือนค่ะ

房租请在月初交付。

เราต้องเซ็นสัญญาเช่าห้องค่ะ

我们要签订租房合同。

เวลาย้ายออกต้องแจ้งล่วงหน้ายี่สิบวันค่ะ

退房要提前20天通知。

คุณต้องจ่ายเงินมัดจำเช่าห้องก่อนนะคะ

您得预先交租房押金。

ศัพท์เพิ่มเติม

补充词汇

ล็อบบี้ 大堂　　　　　　คอฟฟี่ช็อป 咖啡厅

ร้านอาหาร 餐馆　　　　　ห้องวีไอพี 贵宾房

ห้องชุด 套房　　　　　　ห้องฟิตเนส 健身房

ห้องซาวน่า 桑拿房　　　　ทีวี 电视　ตู้เย็น 冰箱

แอร์ 空调　　　　　　　ปลั๊กไฟ 插座

เข้าพัก 入住　　　　　　ทิป 小费

อพาร์ตเมนต์ 公寓　　　　ค่าบริการ 服务费

ลิฟท์ 电梯

การซ่อมแซม
维　修

วลีและรูปประโยค
常用词语和句型

ใช้งานไม่ได้/เกิดติดขัด	无法使用 / 出故障
น้ำรั่ว/น้ำท่วม	漏水 / 水泛滥
ท่อน้ำอุดตัน/แตก	水管堵塞 / 爆裂
งดจ่ายน้ำ/ไฟดับ	停水 / 停电
ยางรั่ว/แตก	轮胎漏气 / 爆胎
ฟิวส์ไหม้	保险丝烧了

ลูกค้า
顾 客

ขอโทษครับ เครื่องปรับอากาศที่ห้องทำงานผมเสียแล้ว คุณซ่อมได้ไหมครับ

对不起，我办公室的空调坏了，您能维修吗？

ทำความร้อนได้ แต่ทำความเย็นไม่ได้

只能制暖，不能制冷。

เครื่องทำความร้อน (ฮีตเตอร์) เกิดขัดข้อง

暖气出故障了。

ก๊อกน้ำนี้ปิดไม่สนิท/น้ำรั่ว

这水龙头关不紧 / 漏水。

123

ท่อระบายน้ำของอ่างล้างมืออุดตันแล้ว น้ำไหลไม่ลง

洗手池排水管被堵住了，水流不下来。

ท่อระบายน้ำแตก น้ำเน่าไหลท่วมไปทั่ว

排水管爆裂，污水泛滥。

อ่างอาบน้ำระบายน้ำไม่ออก ใช้งานไม่ได้แล้ว

浴缸排不出水，使用不了了。

ลิฟต์ใช้งานไม่ได้แล้วเพราะไฟดับ

电梯不能用了，因为停电。

กุญแจประตูเสียแล้ว

这个门锁坏了。

บานหน้าต่างเปิดไม่ออกแล้ว

窗户打不开。

ไฟดับแล้ว เพราะระบบการจ่ายไฟเกิดปัญหาค่ะ

电灯灭了，因为供电系统出了问题。

หลอดไฟของโคมไฟหัวเตียงเสียแล้ว ช่วยเปลี่ยนให้ฉันหน่อยได้ไหมคะ

床头灯灯泡坏了，请您给我换上好吗？

น้ำไม่ไหล งดจ่ายน้ำแล้วหรือ

没有水，是停水吗？

โทรศัพท์ไม่มีสัญญาณ

电话没有信号。

เครื่องโทรทัศน์ฉันเสีย คุณซ่อมเป็นไหมคะ

我的电视机坏了，您会修吗？

นาฬิกาฉันหยุดเดิน คุณช่วยซ่อมให้หน่อยได้ไหมคะ

我的表停了，您能帮修一下吗？

ตู้เย็นเครื่องนี้รับประกันคุณภาพนานเท่าไร

这台冰箱的保修期有多长？

โทรศัพท์มือถือของฉันยังอยู่ในระหว่างการประกันคุณภาพ

我的手机还在保修期内。

กระเป๋าของฉันล็อคไม่ได้

我的箱子锁不上了。

จะซ่อมเสร็จเมื่อไรคะ

什么时候可以修好?

รถผมเครื่องสตาร์ทไม่ติด

我的汽车启动不了。

รถคันนี้เบรคไม่หยุด

这部汽车的刹车不灵。

คุณมีชิ้นส่วนอะไหล่หรือเปล่า

您有没有零部件?

รถจักรยานยนต์ฉันยางแตก

我的摩托车爆胎了。

ยางรั่ว

轮胎漏气。

ช่าง

修理工

ผมขอตรวจดูก่อน

我来检查检查。

ผมจะซ่อมให้เดี๋ยวนี้เลยครับ

我马上修理。

ผมจะส่งคนมาซ่อมให้ทันทีครับ

我马上让人来修理。

ผมแจ้งให้ช่างทราบแล้วเมื่อวาน

昨天我已经通知了修理工。

❀ ผมจะไปตามพวกเขามาซ่อมให้เดี๋ยวนี้ครับ

我让他们立刻来修理。

❀ ฟิวส์ไหม้แล้ว

保险丝烧了。

❀ ผมจะเปลี่ยนปลั๊กไฟนี้ให้ท่าน

我帮您换掉这个插座。

❀ รถคุณต้องส่งไปซ่อมที่อู่

您的车要送车行修理。

❀ กว่าจะซ่อมเสร็จต้องใช้เวลาสองชั่วโมง

要两个小时才能修好。

❀ อีกสองวันจะซ่อมเสร็จครับ

过两天就可以修好。

❀ วันนี้ผมยังซ่อมไม่ได้ เพราะว่าไม่มีอะไหล่ที่เหมาะสม

我今天修不了，因为没有合适的零件。

❀ โอเค ซ่อมเสร็จแล้วครับ

好了，修好了。

❀ ยางรถนี้ปะไม่ได้แล้ว ได้แต่เปลี่ยนยางใหม่

这个车轮胎补不了了，只能更换新的。

ศัพท์เพิ่มเติม
补 充 词 汇

ไฟช็อต 短路	ไฟตัด 跳闸　แก้ไขข้อขัดข้อง 排除故障
ชาร์จไฟไม่ติด 充不上电	เปลี่ยนกุญแจ 换锁
ประกอบกุญแจ 配钥匙	รันปกติ 正常运行
เครื่องค้าง (แฮงค์) 死机	เครื่องซักผ้า 洗衣机

การสอบถาม
问 讯

วลีและรูปประโยค
常用词语和句型

รบกวนหน่อย	打扰一下
...ไปอย่างไร/ไปทางไหน	……怎么走?
...อยู่ที่ไหน	……在哪儿?
ไกลจากที่นี่มากไหม	离这儿很远吗?
...จึงจะ...	……才能……
เลี้ยวขวา/เลี้ยวซ้าย	右转 / 左转
เริ่มเมื่อไหร่	什么时候开始

คำถาม

问 句

ขอรบกวนหน่อย ได้ไหมครับ

打扰一下可以吗?

ขอถามหน่อย แถวนี้มีสถานีตำรวจไหมคะ

请问这附近有警察局吗?

พี่คะ ตลาดประตูน้ำไปอย่างไรคะ

大姐,水门市场怎么走?

ขอโทษค่ะ คุณป้า วัดพระแก้วไปทางนี้ใช่ไหมคะ

打扰一下，大娘，玉佛寺是从这儿走吗？

สถานีรถไฟอยู่ที่ไหนคะ

火车站在哪儿？

ห้องน้ำไปทางไหนคะ

卫生间怎么走？

ขอโทษครับ ช่วยบอกผมได้ไหมครับว่าที่ทำการไปรษณีย์อยู่ไหนครับ

打扰一下，能告诉我邮电局在哪儿吗？

ไกลจากที่นี่มากไหมครับ

离这儿远吗？

ขอโทษค่ะ น้อง ห้างนี้เปิดกี่โมงคะ

打扰一下，小妹，这个超市几点开门？

ขึ้นรถไฟฟ้าที่ไหนคะ

在哪儿上轻轨电车？

ซื้อตั๋วรถไฟฟ้าได้ที่ไหนคะ

在哪儿买轻轨电车的车票？

<u>เครื่องบิน/รถไฟ</u>จะมาถึงกี่โมงคะ

<u>飞机/火车</u>几点到？

ภาพยนตร์เริ่มเมื่อไหร่คะ

电影什么时候开始放映？

โทรศัพท์ตู้นี้โทรต่างประเทศได้ไหมคะ

这个电话亭能打国际电话吗？

มี<u>บัตรโทรศัพท์</u> (การ์ดโฟน) ขายไหมคะ

有电话卡卖吗？

มีอะไรให้ผมช่วยไหมครับ

有什么我可以帮忙的吗？

คำตอบ

回 答

ขอโทษครับ ผมก็ไม่ทราบเหมือนกันครับ

对不起，我也不知道。

ผมไม่ใช่คนในพื้นที่ ผมก็ไม่ค่อยทราบครับ

我不是本地人，我也不太清楚。

ขอโทษครับ ผมมาที่นี่เป็นครั้งแรก กรุณาถามคนอื่นนะครับ

对不起，我初次到这儿，请您问别人吧。

ซุปเปอร์มาร์เก็ตเปิด ๙ โมงเช้า ปิด ๓ ทุ่มค่ะ

超市9点开门，21点关门。

รถไฟจะมาถึงบ่าย 3 โมงครับ

火车下午3点到站。

เดินออกประตูนี้ไป แล้วเลี้ยวซ้ายครับ

走出这个门，然后左转。

เดินตามถนนนี้ไป เมื่อถึงสี่แยกที่สองแล้วเลี้ยวขวาค่ะ

沿着这条街走，在第二个十字路口右转。

ที่ทำการไปรษณีย์ก็อยู่ฝั่งตรงข้ามค่ะ

邮局就在对面呀。

เดินตรงไปประมาณ ๕ นาทีก็จะถึงค่ะ

直走5分钟就到了。

ห่างจากที่นี่ประมาณ ๑๐ กิโลค่ะ

离这儿有10公里。

ตู้สีเหลืองจึงจะโทรต่างประเทศได้ค่ะ

黄色的电话亭才能打国际电话。

ที่นี่ไม่ขาย<u>บัตรโทรศัพท์</u> (การ์ดโฟน) ค่ะ

这儿不卖电话卡。

ศัพท์เพิ่มเติม
补 充 词 汇

ยินดี 乐意　　สามแยก 三岔路　　ทางซ้าย/ขวามือ 左 / 右手边
เครื่องซักผ้า 洗衣机　　　　　ร้านซักรีด 洗熨店

การนัด
约 会

วลีและรูปประโยค
常用词语和句型

ไม่ทราบว่า...	请问……
เจอกันเมื่อไหร่/ที่ไหน	什么时候 / 在哪儿见面
เปลี่ยนเวลา/สถานที่นัด	更改约会的时间 / 地点
เลื่อนเวลานัด/ยกเลิกการนัด	推迟约会时间 / 取消约会
ได้นัดไว้หรือเปล่า	已经预约了吗?
ดิฉันขอโทษที่มาสายค่ะ	真对不起，我来晚了。

 คำถาม

问 句

ไม่ทราบว่าคุณว่างเมื่อไหร่คะ

请问你什么时候有空?

พรุ่งนี้ตอนแปดโมงเช้าคุณว่างไหมคะ

明天早上8点你有空吗?

ผมอยากจะคุยกับคุณสัก ๑๐ นาที ไม่ทราบว่าคุณสะดวกเวลาไหนครับ

我想与你交谈10分钟，请问你什么时候方便?

ดิฉันอยากจะนัดกับคุณ A พรุ่งนี้ได้ไหมคะ

我明天想约A 先生可以吗?

เรานัดกันตอนบ่าย ๒ โมง ดีไหมคะ

我们定在下午两点钟好吗?

ดิฉันขอพบท่านในวันจันทร์หน้าได้ไหมคะ

下星期一我可以去见您吗?

ฉันว่างวันที่ ๕ มีนาคม ตอนสิบโมงเช้า ไม่ทราบว่าคุณว่าง ไหมคะ

3月5号早上10点我有空，这个时间你觉得合适吗?

เราจะเจอกันเมื่อไหร่คะ

我们什么时候见面?

เราจะเจอกันที่ไหนคะ

我们在哪儿见面?

คุณได้นัดไว้หรือเปล่าคะ

你已经预约了吗?

ให้ดิฉันเช็คดูว่าว่างวันไหน แล้วค่อยโทรบอกคุณดีไหมคะ

让我看一下哪天有空，然后再打电话告诉你好吗?

จะเปลี่ยนเวลา / สถานที่นัดของพวกเราได้ไหมครับ

我们约会的时间/地点能否改变?

ถ้าเราเลื่อนเวลานัดไปเป็นวันเสาร์หน้า ไม่ทราบว่าคุณจะสะดวกไหมคะ

我们的约会推迟到下星期六会给你带来什么不便吗?

คำตอบ

回答

อีกสองวันให้หลังค่อยติดต่อกลับมาใหม่นะคะ

请过两天再与我联系。

กรุณามาในวันพุธหน้านะคะ

请你下星期三来。

ตกลง เราจะเจอกันคืนวันเสาร์นี้ ที่หน้าห้างสรรพสินค้า X ค่ะ

好了，我们这个星期六晚上在X商场前见面。

ถ้าคุณมาได้ ดิฉันจะรู้สึกดีใจมากเลยค่ะ

如果你能来，我真是太高兴了。

ขอโทษ ผมจำเป็นต้องยกเลิกการนัดของเราครับ

对不起，我得取消我们的约会。

ขอโทษค่ะ ดิฉันต้องเลื่อนเวลานัดของพวกเราค่ะ

对不起，我必须把约会时间推迟。

วันนี้ดิฉันมีธุระ แต่ดิฉันสามารถไปพบท่านได้ในเช้าวันที่ ๖ มีนาคมค่ะ

这一天我有事，但我可以在3月6号早上去见您。

ดิฉันขอโทษที่มาสายค่ะ

真对不起，我来晚了。

ศัพท์เพิ่มเติม

补 充 词 汇

เรียน/แจ้ง 通报	เลขาฯ 秘书	ต้อนรับ 接待
เยี่ยม 拜访	นัดล่วงหน้า 提前预约	
นัดใหม่ 再约	คราวหน้า 下次 รอ 等待	

การซื้อของ

购 物

วลีและรูปประโยค

常用词语和句型

ราคาเท่าไร	价钱是多少
ตัว / คู่ / โหลละเท่าไหร่	多少钱一件 / 双 / 打?
ลดสิบเปอร์เซ็นต์	打九折
ซื้อหนึ่งแถมหนึ่ง	买一送一
ชำระเงินที่แคชเชียร์	到收银台付款
จ่ายเงินสด	付现金
ออกใบเสร็จรับเงิน	开发票（收据）
โอกาสหน้าเชิญใหม่	欢迎下次惠顾
ซื้อของออนไลน์	网上购物
ชำระเงินออนไลน์	在线支付
ชำระเงินเมื่อมอบสินค้า (COD)	货到付款

พนักงานขายของ

售货员

ไม่ทราบว่าคุณต้องการซื้ออะไรคะ

请问，您要买什么？

คุณใส่รองเท้าเบอร์ (ไซ้ส์) อะไรคะ

您穿多大码的鞋？

คุณชอบเสื้อผ้าสีอะไรคะ

您喜欢什么颜色的衣服?

คุณไปลองที่ห้องลองได้เลยค่ะ

您可以去试衣间试试。

ปีนี้นิยมรูปแบบ (สไตล์) นี้ค่ะ

今年流行这种款式。

ถ้าซื้อสินค้า X หยวนขึ้นไป เราสามารถลดให้สิบเปอร์เซ็นต์ค่ะ

凡购买X元以上的商品，我们可以给予百分之十的优惠。

ถ้ามีบัตร X เราจะลดให้ X เปอร์เซนต์ค่ะ

若有X卡，我们将给予百分之X优惠。

สินค้าเหล่านี้เราขายส่ง /ขายปลีกค่ะ

这些商品我们批发/零售。

สินค้ายี่ห้อนี้ช่วงนี้มีโปรโมชั่น ราคาถูกมากค่ะ

这个品牌这段时间进行促销，价格很便宜。

สินค้านี้เป็นสินค้าใหม่ค่ะ ไม่มีส่วนลดค่ะ

这是刚上市的商品，（价格）少不了。

ลดราคายี่สิบเปอร์เซ็นต์ค่ะ

优惠（减价）20%。

ซื้อหนึ่งแถมหนึ่งค่ะ

买一送一。

ลดไม่ได้อีกแล้วค่ะ

不能减价了。

ราคาเต็มที่แล้ว ลดไม่ได้อีกแล้วค่ะ

实价了，不能再少了。

เสื้อสองตัว กางเกงหนึ่งตัว ทั้งหมด X หยวนค่ะ

两件衣服，一条裤子，一共X元。

ท่านจะชำระเงินแบบไหนคะ

您用什么方式付款？

กรุณาไปชำระเงินที่แคชเชียร์ค่ะ

请到收银台付款。

กรุณาเซ็นชื่อในเช็คด้วยนะคะ

请在支票上签名。

นี่คือเงินทอนของคุณ กรุณาเช็คดูว่าถูกต้องไหม

这是找您的钱，看看对了没有？

คุณจะซื้ออย่างอื่นด้วยไหมคะ

您还买别的吗？

ขอบคุณมากค่ะ โอกาสหน้าเชิญใหม่ค่ะ

谢谢，欢迎下次惠顾。

ลูกค้า

顾客

ผมอยากซื้อเสื้อหนึ่งตัว/รองเท้าหนึ่งคู่ครับ

我想买一件衣服/一双鞋。

มีแบบ/ สี อื่นไหมครับ

有别的款式/颜色吗？

ผมขอลองหน่อยได้ไหมครับ

我可以试穿一下吗？

หลวมเกินไป/เล็กเกินไป มีเบอร์ ๓๘ ไหมครับ

太宽了/太窄了，有38码的吗？

มีที่เล็กกว่านี้ / ใหญ่กว่านี้ไหมครับ

有小一点/大一点的吗？

สีจะตกไหมครับ

会褪色吗？

สีนี้ไม่เข้ากับเสื้อผ้าของผมเลย

这颜色跟我的衣服不相配。

สินค้าเหล่านี้ปลอดภาษีไหมครับ

这些商品免税吗?

ราคาเท่าไรครับ

价钱是多少?

ทั้งหมดเป็นเงินเท่าไหร่ครับ

一共多少钱?

ตัว / คู่ / โหลละเท่าไหร่ครับ

多少钱一件/双/打?

ซื้อห้าแถมหนึ่งได้ไหมครับ

买五送一, 好吗?

ลดได้เท่าไรครับ

可以减价多少?

ลดได้อีกไหมครับ

还可以少吗?

แพงเกินไป / ถูกมาก

太贵了/很便宜。

ผมจ่ายเป็นเงินสด/เช็คครับ

我付现金 / 支票。

กรุณาออกใบเสร็จรับเงิน (บิล) ให้ด้วยนะครับ

请您给我开一张发票。

รบกวนคุณช่วยห่อของเหล่านี้ให้หน่อยครับ

麻烦您帮我把这些东西包起来。

ผมขอคืนสินค้าครับ

我想退货。

ผมอยากเปลี่ยนเป็นตัวอื่นครับ

我想换另一件。

การซื้อของออนไลน์
～ 网上购物 ～

คำถาม
问句

คุณชอบซื้อของออนไลน์หรือเปล่าคะ

您喜欢在网上购物吗?

การชำระเงินออนไลน์ปลอดภัยไหมคะ

在线支付安全吗?

คุณคิดว่าร้านค้าออนไลน์ปลอดภัยทุกร้านไหมคะ

您认为所有网上商店都安全吗?

สินค้าออนไลน์เชื่อถือได้หรือเปล่าคะ

网上的商品都可靠吗?

สามารถคืนของโดยไม่มีเหตุผลไหมคะ

可以无理由退货吗?

การซื้อของออนไลน์ ค่าขนส่งคิดอย่างไร และใครเป็นผู้จ่ายคะ

网上购物，运费如何计算，谁负责?

ชำระเงินเมื่อมอบสินค้าได้ไหมคะ

可以货到付款吗?

สินค้าที่สั่งซื้อสามารถยกเลิกได้ไหมคะ

网上订购的货物可以取消吗?

คำตอบ
回答

ฉันซื้อของออนไลน์บ่อย สะดวกมาก ไม่ต้องออกจากบ้าน
ก็สามารถซื้อของที่อยากได้

我经常网购，很方便，足不出户，就可以买到想要的商品。

การซื้อขายสินค้าออนไลน์เป็นวิธีการซื้อขายรูปแบบที่กระทำผ่านอินเทอร์เน็ต

网上购物是一种通过因特网进行商品交易的方式。

การชำระเงินออนไนล์มีความเสี่ยง เพราะว่าบัญชีและรหัสผ่านอาจถูกแฮกได้ง่าย

在线支付有风险，因为网上的账号与密码很容易被盗。

ร้านค้าออนไลน์บางร้านอาจจำหน่ายสินค้าปลอม จึงต้องระมัดระวังในการเลือกร้านค้า

有的网店会卖假货，所以要慎重选择商家。

ได้ครับ แต่สินค้าต้องอยู่ในสภาพพร้อมขาย และท่านต้องรับผิดชอบค่าขนส่งเองนะครับ

可以的，但商品必须完好，不影响二次销售，并且您要承担邮寄费。

เวลาแนะนำตัวสินค้าออนไลน์ ผู้ขายจะระบุอย่างชัดเจนว่า ค่าขนส่งเท่าไร ใครรับผิดชอบ ถ้าฝ่ายผู้ขายรับผิดชอบ ค่าขนส่งก็เป็น ๐ หยวน ไม่เช่นนั้นฝ่ายผู้ซื้อจะเป็นผู้รับผิดชอบค่าขนส่ง

卖家介绍网上商品时，会明确运费是多少，谁负责。如果卖家包邮，运费为0元。否则是买家负责运费。

พวกคุณสามารถสั่งจองสินค้าทุกชนิดจากอินเทอร์เน็ตได้

你们可以在网上订购各种产品。

เพื่อนฉันเปิดร้านค้าออนไลน์ จำหน่ายเฉพาะเสื้อผ้าที่ออกแบบเอง

我朋友开了家网店，专售她自己设计的服装。

สั่งสินค้าผ่านอินเทอร์เน็ตทั้งง่ายและรวดเร็ว

网上订购商品简单又快捷。

ร้านค้าออนไลน์ของเราจำหน่ายเฉพาะร้องเท้ายี่ห้อดังจากอิตาลี มีรองเท้าสตรี รองเท้าบุรุษและรองเท้าเด็กหลายแบบ

我们的网上商店专售意大利名牌鞋，有各种女鞋、男鞋和童鞋出售。

ขอโทษนะคะ สินค้านี้ไม่สามารถชำระเงินเมื่อมอบสินค้า
对不起，本商品不支持货到付款。

การซื้อของออนไลน์สามารถชำระเงินโดยผ่านอาลิเพย์หรือจือฟู่เป่าได้
网上购物可以通过支付宝付款。

ร้านค้าจะส่งสินค้าที่ซื้อออนไลน์ให้ลูกค้าโดยผ่านบริษัทขนส่งพัสดุด่วนและคิดค่าขนส่งตามน้ำหนักพัสดุ
商店将顾客在网上购买的商品通过快递公司寄发，费用根据货物的重量计算。

ถ้าสินค้าที่สั่งซื้อยังไม่ได้จัดส่ง เรายกเลิกใบสั่งซื้อและขอคืนเงินได้
如果所订购的商品还没有发货，我们可以取消订单并申请退款。

ศัพท์เพิ่มเติม

补充词汇

ห้างสรรพสินค้า 百货商场　ซุปเปอร์มาร์เก็ต 超市　ชุดสูท 西装
เสื้อเชิร์ต 衬衣　กางเกงยีนส์ 牛仔裤　ถุงเท้า 袜子
รองเท้าแตะ 拖鞋　เน็คไท 领带　ชุดชั้นใน 内衣
เสื้อนอน 睡衣　ผ้าพันคอ 围巾　ผ้าไหม 丝绸
ผ้าฝ้าย 棉布　สีน้ำเงิน 蓝色　สีเทา 灰色
สีดำ 黑色　สีขาว 白色　ของเล่นเด็ก 儿童玩具
ร้านขายหนังสือ 书店　รูดการ์ด 刷卡　แผนกชำระเงิน 收银台
เครดิตการ์ด 信用卡　ทอนเงิน 找零钱　โปรโมทสินค้า 促销
อีคอมเมิร์ซ 电子商务　ต่อราคา 讲价
เงินอิเล็กทรอนิกส์ (E-Money) 电子货币　ราคาพิเศษ 特价

อาหารการกิน

饮 食

วลีและรูปประโยค

常用词语和句型

อาหารพื้นเมือง / พิเศษ	地方风味 / 特色菜
โต๊ะที่ใกล้หน้าต่าง	靠窗的位置
รสชาติดีมาก / อาหารถูกปาก	味道很好 / 菜合口味
แพ้อาหารทะเล	对海鲜过敏
หั่นปลาเป็นชิ้น	把鱼切成块
กรุณาคิดเงิน / เช็คบิลด้วย	请结账

ที่ร้านอาหาร

在餐馆

ลูกค้า

顾 客

เราจะไปทานข้าวกันร้านไหนดีล่ะ

我们到哪一家餐馆去吃饭呢?

ผมเสนอว่าไปกินอาหารฝรั่ง / อาหารไทย / อาหารจีน / อาหารญี่ปุ่นครับ

我提议去吃西餐 / 泰国菜 / 中国菜 / 日本菜。

❖ คุณช่วยแนะนำภัตตาคารดี ๆ แต่ราคาไม่แพงให้ผมหน่อยครับ

请您给我介绍一家又好又便宜的餐馆。

❖ คุณพอรู้ไหมว่าร้านไหนมีอาหารอร่อย และราคาไม่แพงครับ ไม่ต้องเป็น
ร้านใหญ่มากก็ได้

你知道哪家餐馆的菜好吃，价格又不贵吗？餐馆不用很大。

❖ ฮัลโหล ผมขอจองโต๊ะสำหรับ 8 ที่ในคืนพรุ่งนี้ครับ

您好！我想订一张明晚8人用餐的桌子。

❖ ขอบริเวณที่ห้ามสูบบุหรี่ครับ

要非吸烟区（禁烟区）的。

❖ ผมอยากได้โต๊ะที่ใกล้หน้าต่างครับ

我想要靠窗的位置。

❖ โต๊ะนี้ว่างไหมครับ

这张桌子空吗？

❖ น้อง ขอเมนูด้วยนะครับ

服务生，请拿菜单来。

❖ อยากได้อาหารพื้นเมืองอร่อย ๆ ที่ขึ้นชื่อครับ

来几个有地方风味的名菜。

❖ อาหารพิเศษที่นี่มีอะไรบ้างครับ

这里有什么特色菜？

❖ ช่วยแนะนำอาหารแบบไทย ๆ ด้วยนะคะ

请推荐一些传统的泰国菜。

❖ ไม่เอาออร์เดิร์ฟครับ

不要开胃菜了。

❖ เราจะรีบไป ช่วยเสิร์ฟอาหารให้เร็วหน่อยได้ไหมครับ

我们赶时间，请上菜快一点，好吗？

❖ ผมเอาก๋วยเตี๋ยวหนึ่งชามครับ

我要一碗米粉。

ขอข้าวสวยหนึ่งที่ครับ

要一碗米饭。

ผมกินเจ / กินมังสวิรัติ

我吃斋 / 吃素。

ไม่เอาเนื้อวัวครับ

不要牛肉。

ผมแพ้อาหารทะเลครับ

我对海鲜过敏。

อย่าเผ็ดเกินไปนะครับ

不要太辣。

อย่าใส่พริกนะครับ

请不要放辣椒。

ขอเบียร์หนึ่งขวดครับ

来一瓶啤酒。

คุณจะลองเหล้าจีนที่ดี ๆ ไหมครับ "เหมาไถ" ลองชิมดูไหมครับ

您要不要尝一下中国的好酒"茅台"？尝尝看吧！

คุณจะดื่มชาร้อนหรือชาเย็นครับ

你要喝热茶还是冷茶？

ขอตะเกียบคู่หนึ่ง / ช้อนคันหนึ่ง / ส้อมคันหนึ่งครับ

请给我一双筷子 / 一个勺子 / 一把叉子。

ช่วยส่งไม้จิ้มฟันให้ผมหน่อยครับ

请把牙签递过来给我。

คุณชอบผลไม้อะไรมากที่สุดครับ

您最喜欢什么水果？

ผมกินไม่ไหวแล้วครับ

我再也吃不下了。

เช็คบิลด้วยครับ

结账。

กรุณาคิดเงินด้วยครับ

请结账。

กรุณาคิดเงินครับ ขอใบเสร็จ（บิล）ด้วยครับ

请结账，给我开一张发票。

กรุณาลดราคาให้หน่อยครับ ลดได้กี่เปอร์เซ็นต์ครับ

请优惠一点儿，打几折？

รับบัตรวีซ่าหรือเปล่าครับ

可以刷VISA卡吗？

พนักงานต้อนรับ

服务员

คุณจะทานอะไรคะ อาหารหรือเครื่องดื่มคะ

您要什么？正餐还是饮料？

คุณอยากจะสั่งอาหารสักกี่อย่างคะ

您要点几样菜？

จะรับอะไรดีคะ

要点些什么？

รับเครื่องดื่มไหมคะ

要饮料吗？

คุณจะดื่มอะไรคะ

你要喝什么？

จะรับอะไรเพิ่มอีกไหมคะ

再添什么吗？

อาหารของคุณเสิร์ฟครบแล้ว เชิญตามสบายนะคะ

您的菜上齐了，请慢用。

▨ นี่เงินทอนค่ะ

这是找您的钱。

▨ วันหลังเชิญอุดหนุนใหม่น่ะคะ

欢迎下次惠顾。

▨ ที่บ้าน
❤ 在家里 ❤

▨ ดิฉันชอบอาหารไทย / อาหารจีนมาก

我很喜欢泰国菜 / 中国菜。

▨ อาหารเช้า ดิฉันกินกาแฟกับขนมปัง

早餐我喝咖啡，吃面包。

▨ ปกติ คุณแม่เป็นคนทำกับข้าว

一般由我母亲做饭。

▨ ถ้าดิฉันว่าง ดิฉันก็จะทำบ้าง

如果我有空，我也会做。

▨ เขาหั่นปลาเป็นชิ้นเล็ก ๆ

他把鱼切成小块。

▨ เขาสับหมู

他剁猪肉。

▨ เขาผัด / ตุ๋นเนื้อไก่

她炒 / 炖鸡肉。

▨ ดิฉันหิวข้าว / หิวน้ำแล้วค่ะ

我饿 / 渴了。

▨ จัด / เก็บโต๊ะได้แล้วค่ะ

可以摆 / 收桌子了。

ขอช้อนส้อมเพิ่มอีกชุดหนึ่ง

再加一副餐具。

อาหารเรียบร้อยแล้ว เรามานั่งทานกันเถอะ

饭菜好了，我们坐下来吃吧。

ทานข้าวได้แล้วค่ะ

吃饭了！

เราลงมือกินข้าวกันเถอะ

我们开始吃饭吧。

จะรับเครื่องดื่มอะไรดีคะ

要喝什么饮料?

มื้อนี้เป็นการต้อนรับคุณนะคะ

这一顿饭是为你接风的。

ทานให้มาก ๆ นะคะ

多吃点。

จัดการเองนะคะ

自己动手啊。

เชิญทานปลานึ่งสิคะ

请吃清蒸鱼。

เชิญลองชิมจานนี้ดู นี่เป็นอาหารจานเด็ดของภรรยาผมเองครับ

请尝尝这一碟，这是我妻子的拿手菜。

รับข้าวเพิ่มอีกหน่อยไหมครับ

再添点饭吗?

ทานไปเรื่อย ๆ นะครับ

慢慢吃。

อาหารพวกนี้ถูกปากคุณไหมครับ

这些菜还合你的口味吗?

คำตอบ

回答

ครับ ผมจัดการเองครับ

好的，我自己来。

รสชาติดีมากครับ

味道很好。

อร่อยมาก ๆ ครับ

很好吃。

ขออีกนิดเดียวครับ ขอบคุณครับ

再添一点儿，谢谢！

ผมทานอิ่มแล้วครับ ขอบคุณครับ

我吃饱了，谢谢！

ศัพท์เพิ่มเติม

补充词汇

หวาน 甜　เปรี้ยว 酸　เค็ม 咸　เกลือ 盐　ซีอิ๊ว 酱油　น้ำตาล 糖
ทอด 炸；煎　ผักบุ้ง 空心菜　ส้มตำ 酸辣木瓜色拉　ไข่พะโล้ 卤蛋
ปลาสามรส 酸甜鱼　กุ้ง 虾　ทิชชู่ 餐巾纸　เหล้าขาว 白酒
ไวน์ขาว / แดง 白 / 红葡萄酒　นมวัว 牛奶　นมเปรี้ยว / โยเกิร์ต 酸奶
น้ำเปล่า 白开水　โค้ก 可口可乐　โอเลี้ยง 冰咖啡　คอฟฟี่เมต 咖啡伴侣
ไอศกรีม 冰激凌　บุฟเฟ่ต์ 自助餐

เศรษฐกิจและการค้า
经贸活动

วลีและรูปประโยค
常用词语和句型

งานนิทรรศการนานาชาติ	国际博览会
จองบูท	订展位
สั่งซื้อสินค้าจากฝ่ายผู้ขาย	向卖方订货
สร้างชื่อเสียงให้กับบริษัท	提高公司知名度
เจรจากันในเรื่องคุณภาพและราคา	就质量和价格进行谈判
ส่งมอบสินค้า / จ่ายสินค้า	交货 / 发货
ช่องทางการขาย	销售渠道
ยกเว้นภาษีเงินได้นิติบุคคล	免征企业所得税
ออกหุ้นเป็นเงินตรา	（以）货币出资
อำนวยความสะดวก	提供便利
ผู้ประสงค์จะเสนอราคา	意向投标人
ผู้มีสิทธิ์เสนอราคา	有权投标人
ตรวจสอบคุณสมบัติ	资格审查

งานนิทรรศการ

博览会

ผู้ประกอบการ

参 展 商

พวกเราจะเข้าร่วมงานนิทรรศการนานาชาติแห่งประเทศ X

我们要参加X 国际博览会。

งานนิทรรศการจีน - อาเซียนจะจัดขึ้นที่ไหน เมื่อไหร่

中国—东盟博览会何时在何地举行?

ผมจะมาเข้าร่วมงานนิทรรศการครับ ไม่ทราบว่าระยะเวลา

ของงานนิทรรศการนานเท่าไหร่ครับ

我要来参加博览会, 但不知道博览会会期多长?

ประเทศที่เข้าร่วมงานนิทรรศการครั้งนี้มีประเทศไหนบ้างครับ

参加本届博览会的有哪些国家?

บริษัทของผมอยากจองบูท ๑ ที่ ค่าเช่าเท่าไรครับ

我公司想订一个展台, 租金是多少?

ไม่ทราบว่าโซน (เขตแสดงสินค้า) ของประเทศเวียดนาม /

ประเทศไทยอยู่ตรงไหนครับ

请问越南 / 泰国的展区在哪儿?

พวกเราอยากได้ล่ามภาษาจีน / อังกฤษ / ไทย / ลาวหนึ่งคนครับ

我们想请一名汉语 / 英语 / 泰语 / 老挝语翻译。

ไม่ทราบว่าในโซนของประเทศไทย มีสินค้าแสดงอะไรบ้างคะ

请问泰国展区有哪些展品?

นี่คือแคตตาล็อกสินค้าเราครับ

这是我们的产品目录。

กรุณาแนะนำคุณสมบัติและวิธีการใช้ของผลิตภัณฑ์นี้ให้หน่อยนะครับ

请您介绍一下这种产品的性能和使用方法。

▨ กรุณาดูตัวอย่างสินค้าก่อน สินค้าเหล่านี้ผลิตที่<u>เวียดนาม</u> / <u>กว่างซี</u>ทั้งนั้น
请先看样品，这些产品都是<u>越南</u> / <u>广西</u>生产的。

▨ ผมอยากจะสั่งซื้อ ๕ หมื่นชิ้น จะส่งมอบสินค้าได้เมื่อไหร่ครับ
我想订购5万件，什么时候能交货？

▨ เราหวังว่าฝ่ายคุณจะช่วย<u>ทำโฆษณา</u> / <u>ตั้งป้ายโฆษณากลางแจ้ง</u>
ให้ฝ่ายเราครับ
我们希望贵方为我方商品<u>做广告</u> / <u>竖立户外广告牌</u>。

▨ ผู้จัดงาน

主 办 方

▨ ยินดีต้อนรับสู่งานนิทรรศการครั้งนี้ครับ
欢迎参加本届博览会。

▨ งานนิทรรศการจีน-อาเซียน เรียกย่อว่า "ตงโป๋ฮุ่ย"
中国—东盟博览会简称"东博会"。

▨ งานนิทรรศการจีน-อาเซียนจะจัดขึ้นในเดือนกันยายนของทุกปี ณ
ศูนย์นิทรรศการนครหนานหนิง
中国—东盟博览会每年9月在南宁会展中心举行。

▨ ระยะเวลาของงานมี ๕ วัน
会期是5天。

▨ ประเทศที่เข้าร่วมงานนิทรรศการครั้งนี้มีจำนวนมาก สินค้าที่
แสดงก็มีหลากหลายชนิด
这届博览会的参展国很多，展品也十分丰富。

▨ ประเทศที่เข้าร่วมงานนิทรรศการครั้งนี้ นอกจากมีประเทศจีนแล้ว
ยังมีประเทศเวียดนาม ไทย ลาว กัมพูชา สิงคโปร์ มาเลเซีย
อินโดนีเซียและ ประเทศอื่นในกลุ่มอาเซียน ๑๐ ประเทศ สหรัฐอเมริกา
และญี่ปุ่นด้วย
参加本届博览会的除中国外，还有越南、泰国、老挝、柬埔寨、新加坡、马来西亚、印度尼西亚等东盟十国以及美国、日本等国。

โซนของประเทศไทยต้องเดินตรงไปสุดทาง แล้วเลี้ยวซ้าย /
ขวา จนถึงโซนที่สาม

到泰国展区要一直往前走到尽头，然后<u>左 / 右</u>转，第三个展区就
是。

ค่าเช่าบูทคือวันละ X ดอลลาร์ต่อหนึ่งตารางเมตร

展台租金是每天X美元 / 米^2。

งานนี้มีบริการการแปลให้กับคณะที่เข้าร่วมงาน

大会向各展团提供翻译服务。

ไม่ทราบว่าท่านอยากได้ล่ามภาษาอะไรครับ

您想请什么语种的翻译?

ผู้ซื้อดูตัวอย่างสินค้าเรียบร้อยแล้ว จะสั่งซื้อสินค้าจากฝ่ายผู้ขาย หรือซื้อตัว
อย่างสินค้าเลยก็ได้

买主看好样品就可以向卖方订购，也可以当场购买样品。

การค้า

贸易

ผู้ขาย
 卖方

ผมขอเสนอให้ทั้งสองฝ่ายเจรจากันในเรื่องคุณภาพและราคา
ของผลิตภัณฑ์ครับ

我建议双方就产品的质量和价格进行谈判。

เราขอแนะนำผลิตภัณฑ์ของเราให้คุณอย่างคร่าว ๆ นะครับ

我们向您简要介绍一下我们的产品。

ผลิตภัณฑ์ของเรามีคุณภาพดี เป็นที่นิยมของลูกค้าในตลาดและส่งออกเป็น
ส่วนใหญ่

我们的产品质量好，深受客户欢迎，并且大部分出口。

นี่คือตัวอย่างสินค้าของเรา

这是我们产品的样品。

ราคาเอฟโอบี（FOB）ของข้าวสารเราตันละ X ดอลลาร์

我们的大米离岸价为每吨X美元。

ราคาที่เราเสนอต่ำกว่าราคาของบริษัทอื่น

我们的报价比别的公司低。

เราจะลดราคาร้อยละ ๕

我们准备优惠5%。

กรุณาส่งใบสั่งซื้อสินค้ามาให้เราโดยด่วนนะครับ

请尽快把订单给我们寄来。

เราได้เตรียมสัญญาไว้เรียบร้อยแล้ว กรุณาอ่านดู / ลงนาม ด้วยนะครับ

我们已准备好了合同，请过目 / 签字。

เราต้องการให้ฝ่ายผู้ซื้อออกแอลซี （L/C） ให้

我们要求买方开出信用证。

เรารับรองว่าจะจ่ายสินค้าภายใน ๘ เดือนครับ

我们承诺8个月内发货。

เรายินดีที่ได้แจ้งให้ท่านทราบว่า สินค้าตามสัญญาข้อที่ X ได้
บรรทุกเรือส่งไปแล้ว หมายเลขใบบรรทุกเรือคือ Y

我们很高兴通知您，合同项下第X点的货物已装船发运，装船单号
为Y。

ผู้ซื้อ

买 方

กรุณาแจ้งราคาซีไอเอฟ （CIF） ของหมู ๕๐๐ ตันที่ส่งถึงท่า X
ให้เราทราบ

请给我们报500吨生猪到X港的到岸价。

ราคาที่ฝ่ายคุณเสนอสูงเกินไป

你们的报价太高了。

ผมหวังว่าฝ่ายคุณจะลดราคาให้เราหน่อยนะครับ

我希望你们在价格方面作一些让步。

การค้าขายรายใหญ่อย่างนี้ ถ้าออกแอลซี （L/C） ให้ ค่าใช้จ่าย
ของเราก็จะเพิ่มขึ้น

这么大一笔交易额，如果开信用证，就会增加我们的费用。

เราต้องการให้ฝ่ายคุณจ่ายสินค้าทั้งหมดโดยแบ่งเป็นสองงวด

我们要求你们将所有货物分两批发完。

กรุณาส่งสินค้ามาทางเรือหลังได้รับแอลซี （L/C） ของเราแล้ว

请收到我们的信用证后装船发运。

🏵 การศึกษาดูงาน
～ 考 察 ～

🏵 คณะดูงาน
考 察 团

🏵 มณฑล / เขตปกครองตนเองของพวกเราตกลงจะจัดคณะไป
ศึกษาดูงานธุรกิจที่ประเทศเวียดนาม / ลาว / ไทย

我们省 / 自治区决定组团前往越南 / 老挝 / 泰国进行经贸考察。

🏵 คณะเรามีวัตถุประสงค์เพื่อศึกษาการพัฒนาด้านอุตสาหกรรมและเกษตร
กรรมของประเทศ X / มณฑล X

我们此行的目的是考察X国 / X省的工业、农业发展情况。

🏵 พวกเราจะศึกษาความเป็นไปได้ในการลงทุนสร้างโรงงาน
ผลิตรถจักรยานยนต์

我们拟就投资设厂生产摩托车的可行性进行考察。

🏵 ชาวบ้านที่นี่นิยมใช้ยานพาหนะอะไรเป็นหลัก

本地人的主要交通工具是什么？

🏵 รถจักรยานยนต์มียอดจำหน่ายสูงไหม

摩托车的销量大吗？

🏵 ชิ้นส่วนอะไหล่ของรถจักรยานยนต์หาซื้อได้ง่ายไหม

摩托车的零配件容易买到吗？

🏵 เงินเดือนของคนงานในโรงงานอุตสาหกรรมทั่วไปประมาณเท่าไร

工厂的工人月薪大概是多少？

🏵 การจ่ายน้ำประปา / ไฟฟ้าที่นี่มีปัญหาไหม

这儿的水 / 电供应有问题吗？

🏵 คมนาคมที่นี่เป็นอย่างไรบ้าง

这儿的交通状况如何？

รัฐบาลที่นี่มีนโยบายพิเศษอะไรบ้างเพื่อส่งเสริมการลงทุนจากต่างประเทศ

贵地政府对外来投资有什么优惠政策?

บรรยากาศการลงทุนของ X ไม่เลว

X地的投资环境不错。

เจ้าของสถานที่

接 待 方

ยินดีต้อนรับนักธุรกิจประเทศท่าน / บริษัทท่านมาสร้างโรงงานผลิตรถ
จักรยานยนต์ที่นี่

欢迎贵国 / 贵公司企业家来本地设厂，生产摩托车。

รถจักรยานยนต์เป็นยานพาหนะที่สำคัญของชาวบ้านที่นี่

摩托车是本地居民主要的交通工具。

การผลิตรถจักรยานยนต์ที่นี่มีต้นทุนต่ำ กำไรสูง

在本地设厂生产摩托车成本低、盈利大。

ที่นี่มีน้ำประปาและไฟฟ้าพร้อม และค่าจ้างแรงงานก็ไม่สูงมากนัก

我们这儿水电供应充足，劳动力也便宜。

การเดินทางที่นี่สะดวกมาก ไม่ว่าจะเป็นทางรถยนต์หรือทางรถไฟ

这里的交通不管是公路还是铁路都十分便利。

การใช้ที่ดินเพื่อสร้างโรงงานนั้นไม่มีปัญหา ท่านสามารถปรับปรุง
โรงงานเก่าที่มีอยู่แล้ว หรือสร้างโรงงานใหม่ขึ้นมาก็ได้

工厂用地不成问题，您可以改造原有的旧工厂，也可以建设新厂
房。

เรามีนโยบายพิเศษในด้านภาษี การใช้ที่ดิน ฯลฯ ให้กับนักลงทุน
จากต่างประเทศ

我们对外来投资者给予税收、土地使用等多种优惠。

การลงทุน

投资

นักลงทุน

投资者

พวกเราจะลงทุนที่นี่เพื่อสร้างโรงงานแปรรูปผลผลิต

我们要在贵地投资，建立农产品加工厂。

กำลังการแปรรูปผลผลิตคาดว่าจะมีปีละ X ตัน สินค้าที่ผลิตจะจำหน่ายทั้งภายในและภายนอกประเทศ

预计农产品加工能力为每年X吨，产品可供内销和出口。

โรงงานนี้จะลงทุนทั้งหมด ๑๒ ล้านดอลลาร์ บริษัทของผมออกหุ้นเป็นร้อยละ ๔๙ ฝ่ายท่านออกหุ้นร้อยละ๕๑

该厂的投资总额为1,200万美元，我公司出资49%，贵方出资51%。

วิธีการลงทุนของเราคือ ออกหุ้นเป็นเงินตราร้อยละ ๖๐ และออกหุ้นเป็นเทคโนโลยีและเครื่องจักรอุปกรณ์สำคัญด้วย

我们的出资方式是货币出资60%，还有技术和主要设备出资。

รายงานศึกษาความเป็นไปได้ของเราได้รับการอนุมัติแล้ว

我们的可行性研究报告已经获得批准了。

ฝ่ายคุณมีนโยบายพิเศษอะไรให้

贵方给我们什么优惠政策?

เราสามารถเจรจาเรื่องการทำสัญญาและข้อบังคับของบริษัทร่วมทุนได้แล้ว

我们可以谈判签订合资企业的合同和章程了。

ระยะเวลาความร่วมมือของพวกเรากำหนดเป็น ๓๐ ปี

我们的合作期限定为30年。

หลังหมดระยะเวลาความร่วมมือกัน ฝ่ายเราจะโอนหุ้นของเราที่มีอยู่ในบริษัทให้แก่ฝ่ายคุณ

合作经营期满之后，我方将把自己在公司的股权转让给贵方所有。

เจ้าของสถานที่

招 商 方

ยินดีต้อนรับบริษัทท่านที่มาลงทุนสร้างโรงงานที่เมืองเรา

欢迎贵公司来我市投资设厂。

เราจะอำนวยความสะดวกให้กับบริษัทท่าน

我们会为贵公司提供方便。

เราสามารถร่วมทุนกับบริษัทท่านเพื่อสร้างบริษัทเบียร์จำกัด

我们可以与贵公司合资兴建啤酒股份有限公司。

ผมคิดว่าบริษัทของผมน่าจะออกหุ้นในสัดส่วนที่สูงกว่านี้

我认为我公司的出资比例应该提高一点。

ค่าที่ดินเราจะคิดราคาเพียง 50% ของราคามาตรฐาน

土地出让金我们按半价优惠。

เพื่อเป็นการส่งเสริมการลงทุน เราจะยกเว้นภาษีเงินได้นิติบุคคลให้ใน 3 ปีแรก

为了鼓励投资，我们免征前三年的企业所得税。

การประกวดราคา

招标与投标

ผู้เสนอราคา

投 标 人

ผมขอทราบเรื่องการประกวดราคาเพื่อก่อสร้างถนนสาย X

我想了解X公路建设的招标情况。

วันสุดท้ายการสมัครเป็นผู้ประสงค์จะเสนอราคาคือวันไหน

招标报名截止日期定在哪一天？

ยื่นซองเสนอราคาเมื่อไหร่

何时提交标书？

เปิดซองประกวดราคาเมื่อไหร่

何时开标?

ไม่ทราบว่าใบสมัครจะให้เขียนด้วยภาษาอะไร

请问报名表要求使用何种文字书写?

ผู้ประสงค์จะเสนอราคาที่ผ่านการพิจารณาของผู้ว่าจ้าง
ก็ได้เป็นผู้มีสิทธิ์เสนอราคา

通过发包商（资格）审查的意向投标人成为有权投标人。

ผู้มีสิทธิ์เสนอราคาต้องวางหลักประกันซองก่อนที่จะยื่นซองเสนอราคา

有权投标人必须在提交投标担保后，才能参加投标。

ผู้ชนะการประกวดราคาต้องวางหลักประกันสัญญา ก่อนที่จะทำ "สัญญาว่าจ้าง /
รับจ้าง" กับผู้ว่าจ้าง

中标人必须在提交合同担保后，才能与发包商签订《发包/承包合同》。

ผู้ว่าจ้าง

招 标 人

การรถไฟแห่งประเทศไทยได้ประกาศการประกวดราคาจ้างเพื่อก่อสร้างทางรถไฟสายX

泰国铁道部已为修建X铁路发出了招标公告。

ผู้ประสงค์จะเสนอราคาต้องผ่านการตรวจสอบคุณสมบัติ

意向投标人需通过资格预审。

ผู้ประสงค์จะเสนอราคาต้องส่งใบสมัครมาก่อนวันที่ ๑๒ มีนาคม

意向投标人必须在3月12日前提交报名表。

ใบสมัครของผู้ประสงค์จะเสนอราคาควรเขียนด้วยภาษาอังกฤษหรือภาษาไทย

报名表应用英文或泰文书写。

ใบสมัครของบริษัทคุณได้ผ่านการตรวจสอบแล้ว

贵公司的资格预审已获通过。

กรุณามาซื้อเอกสารการประกวดราคา

请来购买标书文件。

ผู้ประสงค์จะเสนอราคามีเวลาเตรียมเอกสารเสนอราคา ๒๐ วัน

意向投标人做标书的时间为20天。

ยื่นซองเสนอราคาก่อนเวลา ๑๘ นาฬิกา วันที่ ๓๐ มิถุนายน

投标截止日期为6月30日18时。

เปิดซองเสนอราคาในเวลา ๑๐ นาฬิกา วันที่ ๑๐ กันยายน

9月10日上午10时公开开标。

ผู้ว่าจ้างทรงไว้ซึ่งสิทธิ์ไม่รับราคาต่ำสุดหรือราคาใดราคาหนึ่งหรือราคาที่เสนอทั้งหมด

招标方保留不选择最低报价、某个报价或全部报价的权利。

ศัพท์เพิ่มเติม
补 充 词 汇

ผู้บรรยาย 讲解员　สอบถาม 咨询　ตกลงซื้อขายกัน 成交
ราคาต้นทุน 成本价　ราคาตายตัว 实盘价　ขึ้นราคา 涨价
ค่าขนส่ง 运费　เรียกค่าเสียหาย 索赔　ประกัน 保险　จัดซื้อ 采购
เงื่อนไขชำระเงิน 付款条件　กู้เงิน 贷款　เจรจาด้านการค้า 贸易谈判
โครงสร้างพื้นฐาน 基础设施　เทคโนโลยี 技术　มาตรฐาน 标准
สำรวจการตลาด 市场调查　บริษัทร่วมทุน 合资公司
ตัวแทนจำหน่ายแต่ผู้เดียว 独家代理　บุกตลาดต่างประเทศ 开拓国际市场
เงินตราต่างประเทศ 外汇　เงินทุนหมุนเวียน 周转资金　เสียภาษี 纳税
ภาษีเงินได้ 所得税　กรมสรรพากร 税局　บุคคลธรรมดา 自然人
นิติบุคคล 法人　งานก่อสร้าง 建设工程　เงินค้ำประกัน 保证金
บัญชีเอกสาร 文件清单

สุขภาพและอนามัย

医疗卫生

วลีและรูปประโยค

常用词语和句型

ตรวจร่างกาย / เลือด / ปัสสาวะ	体检 / 验血 / 验小便
ใบรับรองแพทย์	健康证明
วัดความดัน / อุณหภูมิ	量血压 / 体温
ออกใบสั่งยา / ใบนัด	开药方 / 预约（检查）单
มีผลข้างเคียง	有副作用
แพ้เพนนิซิลลิน / ยาปฏิชีวนะ	对青霉素 / 抗生素过敏
ทานวันละ...ครั้ง ครั้งละ...เม็ด	每天服……次，每次……片

การตรวจร่างกาย

体　检

ผู้ตรวจร่างกาย

体检者

ผมขอใบรับรองแพทย์ครับ

我想办一张健康证明。

การตรวจร่างกายควรทำอย่างไรครับ

体检应怎么办?

การตรวจร่างกายรวมรายการอะไรบ้างครับ

体检包括哪些项目?

แพทย์

 医 生

รายการการตรวจร่างกายมีการตรวจทางแผนกอายุรกรรม

แผนกศัลยกรรม แผนกหูคอจมูก แผนกจักษุกรรม เอ๊กซเรย์ที่ทรวงอก

ตรวจเลือดและปัสสาวะ

体检内容有内科、外科、耳鼻喉科、眼科、胸透、验血和小便。

กรุณาถอดเสื้อนอกและเสื้อเชิ้ตออก ผมจะตรวจให้ครับ

请把外套和衬衣脱掉,我给您检查。

กรุณาถอด / ใส่เสื้อครับ

请脱掉 / 穿上衣服。

อ้าปากแล้วพูดว่า "อา…"

张开嘴,说"啊……"。

ผมจะวัดความดัน / อุณหภูมิให้ครับ

我给你量血压 / 体温。

กรุณานอนลง / นอนตะแคง / นั่งยอง ๆ ครับ

请躺下 / 侧卧 / 蹲下。

กรุณาหายใจลึก ๆ / กลั้นหายใจไว้ครับ

请做深呼吸 / 屏住呼吸。

ปล่อยตัวตามสบายครับ

放松!

ขอดูลิ้นหน่อยครับ

让我看一下你的舌头。

ยืดขาให้ตรงครับ

把腿伸直。

ผมจะตรวจคลื่นไฟฟ้าหัวใจให้

我给你做心电图检查。

การเจาะเลือดต้องเจาะในเวลาท้องว่างครับ

抽血应空腹。

คุณไปเอ็กซเรย์ก่อนเถอะครับ

你先去做透视吧。

คุณต้องเอ๊กซเรย์ปอดครับ

你应透视肺部。

คุณไม่มีปัญหาใด ๆ ทุกอย่างเป็นปกติครับ

你没什么问题，一切正常。

คุณมีสุขภาพสมบูรณ์ครับ

你身体很好。

ผมจะออกใบรับรองแพทย์ให้ครับ

我给你开健康证明。

การรักษา

治 疗

คนไข้

病 人

จะไปหาหมอที่คลินิกดีหรือที่โรงพยาบาลดีคะ

到诊所看病好，还是到医院看病好呢?

ช่วยเรียกหมอให้หน่อยค่ะ

请给我叫一下医生。

หมอจะออกรักษานอกสถานที่ไหมคะ

医生出诊吗?

ดิฉันขอทำประวัติคนไข้ค่ะ

我要建病历。

ดิฉันรู้สึกไม่ค่อยสบาย อยากจะขอพบคุณหมอค่ะ

我觉得不太舒服，想预约医生看病。

เมื่อคืนดิฉันตัวร้อน นอนไม่หลับทั้งคืนค่ะ

昨晚我发烧，整夜都睡不着。

ดิฉันมีไข้สูง ๓๘ องศา

我发烧了，38度。

ดิฉันรู้สึกเพลียมาก และอาเจียนทุกครั้งหลังรับประทานอาหารเข้าไป

我觉得乏力，一吃东西就吐。

หมู่นี้ดิฉันกินอะไรไม่ค่อยได้ค่ะ

这段时间我没什么食欲。

ผมท้องเสียมาตั้งแต่เช้าแล้วครับ

我从早上就开始腹泻。

ผมนอนไม่หลับครับ

我失眠。

คุณช่วยถอน / อุดฟันซี่นี้ให้ได้ไหมครับ

你能给我拔 / 补这颗牙吗？

ช่วยทำฟันปลอมได้ไหมครับ

你能给我镶假牙吗？

ฉันแขนหัก

我手臂断了。

ข้อเท้าผมเคล็ด

我的脚扭伤了。

ดิฉันโดนน้ำร้อน / ไฟลวก

我被开水烫 / 火烧伤了。

คุณหมอครับ ผมเป็นอะไรครับ

医生，我得了什么病？

นี่เป็นโรคติดต่อไหมครับ

这种病会传染吗?

ผมแพ้เพนนิซิลลินครับ

我青霉素过敏。

ตอนนี้รู้สึกดีขึ้นมากครับ

现在我觉得好多了。

ผมต้องกลับมาตรวจอีกไหมครับ

我还要再来复查吗?

ผมต้องอยู่โรงพยาบาลกี่วันครับ

我要住院多少天?

แพทย์

医生

กรุณาไปลงทะเบียนก่อนครับ

请先挂号。

กรุณาจ่ายค่ารักษาก่อน

请先交费。

คุณไม่สบายตรงไหนครับ

哪儿不舒服?

มีอาการอย่างไรบ้างครับ

有什么症状?

คุณเป็นอย่างไรบ้างครับ

你怎么了?

คุณเป็นมานานหรือยังครับ

你病多长时间了?

คุณเริ่มรู้สึกไม่สบายเมื่อไหร่ครับ

你什么时候开始觉得不舒服的?

คุณเคยทานยาอะไรมาบ้างแล้วครับ

你吃过什么药吗?

ผมกดตรงนี้คุณรู้สึกปวดไหมครับ

我按这里时你觉得痛吗?

คุณแพ้ยาอะไรหรือเปล่าครับ

你对什么药物过敏?

อาการของคุณเป็นเพราะอาหารเป็นพิษ ทานยาแล้วจะหาย

你的症状是食物中毒引起的, 吃药后就会好的。

คุณอาจเป็นโรคกระเพาะอาหาร ทำให้การย่อยไม่ดี

你可能有胃病, 导致消化不良。

ผมอยากให้คุณอยู่โรงพยาบาลเพื่อคอยดูอาการครับ

我想让你住院, 观察症状。

ผมจะฉีดยาให้คุณครับ

我给你打针。

คุณต้องผ่าตัดครับ

你得接受外科手术。

คุณเป็นหวัด ต้องทานน้ำและพักผ่อนให้มาก ๆ นะครับ

你感冒了, 要多喝水, 多休息。

คุณจะต้องลาป่วยเพื่อพักผ่อนอย่างน้อย 1 สัปดาห์ครับ

你必须请病假休息至少一个星期。

หมอจะออกใบสั่งยาให้ครับ

我给你开药方。

คุณต้องดูแลสุขภาพของคุณให้ดี อย่าให้ร่างกายอ่อนแอ

你要注意保重身体, 别让身体太虚弱。

คุณจะต้องควบคุมน้ำหนัก อย่าให้น้ำหนักเพิ่มขึ้นอีก ไม่อย่างนั้น

จะอ้วนเกินไป

你必须控制体重, 别让体重增加, 否则就太胖了。

โรคตาแดงเป็นโรคติดต่อได้

红眼病是会传染的。

ที่ร้านขายยา

在药房

ลูกค้า

顾 客

นี่เป็นใบสั่งยาของดิฉันค่ะ

这是我的药方。

กรุณาจัดยาให้ฉันตามใบสั่งยา

请您给我抓处方上的药。

ขอซื้อยานอนหลับ มีไหมคะ

我买安眠药，有吗?

ที่นี่มีเอสไพริน / ควินิน / ยานอนหลับ / ยาระงับประสาท / ยาแดง /

น้ำไอโอดิน / แอลกอฮอล์ / ผ้าพันแผล / ยาพันแผลขายไหมคะ

这儿有阿司匹林 / 奎宁 / 安眠药 / 镇静药 / 红汞水 / 碘酒 / 酒精 / 胶

布 / 伤口包扎药吗?

ฉันขอซื้อยาแก้หวัด

我想买点感冒药。

ยาชนิดนี้ ถ้าไม่มีใบสั่งยา ซื้อได้ไหมคะ

这药没有处方可以买吗?

ฉันแพ้ยาปฏิชีวนะ

我对抗生素过敏。

ยานี้กินอย่างไรคะ

这药怎么服用?

ราคาเท่าไรคะ

多少钱?

ดิฉันต้องจ่ายเท่าไรคะ

我应付多少钱?

เภสัชกร

药 剂 师

ยาชนิดนี้ต้องมีใบสั่งยา

这种药要处方。

ยาชนิดนี้ต้องกินตามที่แพทย์สั่งอย่างเคร่งครัดครับ

这种药必须严格按照医嘱来服用。

คุณไม่ควรซื้อยารับประทานเอง ควรไปพบแพทย์แล้วให้ แพทย์สั่งยาให้

你不应该自己买药来吃，应该去找医生开药。

ยาชนิดนี้จะขายตามใบสั่งยา

这种药按处方出售。

คุณต้องการยาทาหรือยารับประทาน

您要外用药还是内服药?

คุณแพ้ยาปฏิชีวนะหรือเปล่า

您对抗生素过敏吗?

นี่เป็นยารับประทาน / ยาใช้ภายนอก

这些是内服药 / 外用药。

ฉลากยาอยู่ในกล่องนะครับ กรุณาอ่านก่อนทานยาครับ

这药品使用说明书在盒子里，服药前请阅读。

ยานี้ต้องกลืนทั้งเม็ด / ชงน้ำกิน

这些药吞服 / 用水冲服。

วันละ ๓ ครั้ง ครั้งละ ๒ เม็ด / แคปซูล

每天三次，每次两片 / 粒。

ยาเม็ดนี้ทานทุก ๆ ๔ ชั่วโมง

这些药片每四小时服一次。

ยานี้ให้ทานครั้งละ ๓ เม็ดทั้งเช้า บ่ายและเย็น

这些药早、中、晚各服三片。

ทานยานี้สามเวลา ก่อน / หลังอาหาร

饭前 / 后吃药，每日三次。

ยานี้ให้ทานระหว่างอาหารสองมื้อ

这药要在两顿饭之间吃。

เมื่อรู้สึกปวดก็ทานยาแก้ปวดนี้

感到疼痛的时候就服用这止痛药。

ยาเม็ดพวกนี้รับประทานพร้อมกับยาน้ำแก้ไอ จะช่วยให้หายเร็วขึ้น

这些药片与止咳水配合使用将更有效。

ครีมนี้ให้ทาที่แผลบาง ๆ

这乳膏应摊薄涂在伤口处。

ยานี้สำหรับหยดตา / หยดจมูก / หยดหู

这是滴眼 / 滴鼻 / 滴耳的药。

ให้เขย่าก่อนทาน

服用前摇匀。

ยานี้มีผลข้างเคียง

这药有副作用。

ยานี้ทานแล้วจะทำให้รู้สึกง่วงนอนนะครับ

这药服用后会令人瞌睡。

ยานี้บางคนจะแพ้

这种药有些人会过敏。

ถ้าหากมีผลข้างเคียงใด ๆ กรุณาหยุดทานยานะครับ

如果有什么副作用，请立即停止服用。

กรุณาทำตามที่แพทย์สั่ง
请遵医嘱。

อย่าเกินปริมาณที่กำหนด
不要超过规定的服用量。

ยาบางชนิดแรงมาก ถ้าคุณทานเกินที่แพทย์สั่งจะอันตรายมาก
有些药药力很强，若服用超过医生规定的药量将很危险。

ในช่วงเวลาที่กินยารักษาโรค ห้ามดื่มสุราโดยเด็ดขาดนะครับ
在服药治疗期间，禁止饮酒。

ให้ดื่มน้ำให้มาก ๆ
要多喝水。

ยานี้ต้องเก็บไว้ในตู้เย็นที่มีอุณหภูมิประมาณ ๔ องศา
这药应保存在4度左右的冰箱内。

อย่าวางยาไว้ในที่ที่เด็กหยิบถึง
不要把药放在儿童可以接触的地方。

ศัพท์เพิ่มเติม

补充词汇

คลื่นไส้ 恶心 จาม 打喷嚏 เหน็บชา 麻木 ท้องผูก 便秘
ปวดท้อง / ฟัน 肚子痛 / 牙痛 เป็นลม 晕倒 สั่น 发抖
เป็นตะคริว 抽筋 อาเจียน 呕吐 ความดันสูง / ต่ำ 高 / 低血压
โรคหัวใจ 心脏病 ไข้จับสั่น 疟疾 โรคเบาหวาน 糖尿病
โรคเอดส์ 艾滋病 ประวัติผู้ป่วย 病历 แผนกทันตกรรม 牙科
วิตามิน 维生素 ให้น้ำเกลือ 输液 กรุ๊ปเลือด 血型 จับชีพจร 把脉
วินิจฉัยโรคจากการฟัง 听诊 แพทย์แผนโบราณจีน 中医
ยาสมุนไพร 草药 ยาฝรั่ง 西药

การเรียนการศึกษา
学 习

วลีและรูปประโยค
常用词语和句型

นักเรียนห้องที่...ชั้นปีที่...	……年级……班学生
นักศึกษาชั้นปีที่...	大学……年级学生
ปริญญาตรี/โท/เอก	学士/硕士/博士学位
สอบผ่าน/สอบตก/สอบซ่อม	考试及格/不及格/补考
ปริญญานิพนธ์/วิทยานิพนธ์	本科/研究生毕业论文
สมัครทางอินเทอร์เน็ต	网上报名
สอบเอ็นทรานส์	入学考试
ไม่ค่อยเข้าใจ/ฟังไม่รู้เรื่อง	不太明白/听不懂
ยกตัวอย่าง	举例子

การเรียนการศึกษา
学习情况

คำถาม
问 句

 คุณเรียนอยู่ปีไหนคะ

你念几年级？

คุณเรียนสาขาอะไรคะ

你读什么专业？

คุณจบจากมหาวิทยาลัยไหนคะ

您是哪个大学毕业的？

พวกคุณจะเปิดเทอม / ปิดเทอม / สอบ / จบเมื่อไรคะ

你们什么时候开学/放假/考试/毕业？

จะลงทะเบียนเมื่อไหร่คะ

什么时候注册？

ค่าเล่าเรียนปีละเท่าไหร่คะ

学费一年是多少？

วันนี้คุณมีเรียนไหมคะ

今天你有课吗？

วันนี้พวกคุณมีเรียนอะไรบ้างคะ

你们今天有什么课？

คำตอบ

回　答

ดิฉันเรียนที่โรงเรียนมัธยมศึกษาตอนต้น/โรงเรียนมัธยมศึกษาตอนปลาย /

มหาวิทยาลัย

我在念初中/高中/大学。

ผมเป็นนักเรียนระดับมัธยมศึกษาตอนต้น/นักเรียนระดับ

มัธยมศึกษาตอนปลาย/นักศึกษาระดับปริญญาตรี/นักศึกษา

ระดับปริญญาโท /นักศึกษาระดับปริญญาเอก

我是初中生/高中生/本科生/硕士生/博士生。

เขาเรียน ม.๓ (มัธยมศึกษา ปีที่ ๓)

他上初三。

เธอเป็นนักศึกษาปีหนึ่ง

她是大一的学生。

พวกเราเป็นนักศึกษาสาขาศิลปศาสตร์ / วิทยาศาสตร์ / แพทยศาสตร์/ การบริหาร / ภาษาไทย

我们是文科/理科/医科/管理专业/泰语专业的大学生。

ดิฉันเรียนเอกบริหารธุรกิจค่ะ

我学经济管理学专业。

ดิฉันเรียนภาษาและวรรณคดีต่างประเทศเป็นวิชาเอก

我主修外国语言文学。

ผมสอบเข้ามหาวิทยาลัย X

我考上了X大学。

ผมจบการศึกษาจากมหาวิทยาลัยกรุงเทพฯ ครับ

我毕业于曼谷大学。

ผมเป็นนักศึกษารุ่น ๒๐๑๕

我是2015级学生。

วันนี้ผมเรียนสี่คาบครับ

今天我有4节课。

พวกเราเรียนวิชาการพูดสองคาบ และวิชาไวยากรณ์สองคาบ

我们有两节口语与两节语法。

วิชาไวยากรณ์เป็นวิชาบังคับ วิชาการอ่านเป็นวิชาเลือก

语法为必修课，阅读为选修课。

ผมสอบตกวิชาภาษาพูด

我的口语课考试不及格。

เขาต้องสอบซ่อมวิชาคอมพิวเตอร์

他的计算机课要补考。

พวกเราสอบเสร็จเรียบร้อยแล้ว

我们的考试已经结束了。

ดิฉันกำลังทำปริญญานิพนธ์ / วิทยานิพนธ์อยู่

我正在做<u>本科毕业论文</u>/<u>研究生学位论文</u>。

ดิฉันจบปริญญาตรี / ปริญญาโท / ปริญญาเอก

我获得了<u>学士</u>/<u>硕士</u>/<u>博士</u>学位。

การศึกษาต่อต่างประเทศ
～ 留 学 ～

คำถาม
问 句

ผมอยากไปเรียนที่<u>เมืองไทย / เมืองจีน</u>

我想到<u>泰国</u>/<u>中国</u>留学。

ดิฉันอยากไปศึกษาต่อที่ประเทศ X

我想到X国留学。

ผมสนใจภาษาและวัฒนธรรมของประเทศไทยมาก

我对泰国的语言文化很感兴趣。

ช่วงนี้ การเรียนภาษาจีนในประเทศไทยเป็นที่นิยม (ฮิต) มาก

近来，汉语学习在泰国很热门。

นักเรียนนักศึกษาไทยที่ไปเรียนภาษาจีนที่ประเทศจีนมีจำนวนเพิ่มขึ้นทุกปี

到中国学习汉语的泰国学生数量在逐年增加。

ไม่ทราบว่ามหาวิทยาลัยท่านรับสมัครนักศึกษาต่างชาติไหมครับ

请问，贵校招收外国留学生吗？

นักศึกษาต่างชาติ จะต้องทำอย่างไรบ้างครับ ถ้าไปเรียนที่เมืองไทย

外国学生到泰国留学该怎么办？

การทำวีซ่าไปเรียนที่ประเทศไทยยากไหมครับ

办理到泰国留学的签证难吗？

ถ้าไม่มีพื้นฐานทางภาษา สามารถไปเรียนที่เมืองนอกได้ไหมครับ

没有语言基础也可以到国外留学吗？

ผมสามารถติดต่อทางโรงเรียนและสมัครทางอินเตอร์เน็ตได้ไหมครับ

我可以通过网络联系学校并报名吗？

ต้องผ่านการสอบเอ็นทรานส์และสัมภาษณ์หรือเปล่า

要经过入学考试与面试吗？

ถ้าจะสมัครเรียนต้องเตรียมเอกสารอะไรบ้าง

若要报名读书，需要准备些什么材料？

ค่าเล่าเรียนแพงไหมครับ

学费贵不贵？

ทางโรงเรียนมีทุนการศึกษาให้ไหม

学校提供奖学金吗？

มีสาขาวิชาอะไรบ้างที่ให้นักศึกษาต่างชาติเลือกเรียนได้

有什么专业可让外国留学生选读的？

เทอมหนึ่ง ๆ ต้องเรียนกี่หน่วยกิต

一个学期需要修多少学分？

ถ้าสำเร็จการศึกษาแล้วจะได้รับวุฒิบัตรอะไร

毕业后可以得到什么文凭？

ในโรงเรียนมีหอพักไหมครับ

学校有宿舍吗？

ถ้าเช่าหอพักอยู่ข้างนอก ค่าเช่าประมาณเดือนละเท่าไหร่ครับ

如果在外面租房子，每个月的租金大约多少钱？

นักศึกษาชาวต่างชาติสามารถทำงานพิเศษได้ไหมครับ

外国留学生可以打工吗？

คำตอบ

回 答

ขอโทษครับ มหาวิทยาลัยเราไม่รับนักศึกษาต่างชาติ

对不起，我们学校不接收外国留学生。

คุณสมัครทางอินเทอร์เน็ตได้
你可以通过网上报名。

คุณต้องส่งใบสมัครมา
您要交报名表来。

เรียนให้ครบ 78 หน่วยกิตก็จะได้รับประกาศนียบัตร
修满78个学分就可以获得毕业文凭。

ค่าหน่วยกิตคือหน่วยกิตละ ๕๐๐ บาท
学费是每个学分500铢。

เทอมหนึ่งอย่างน้อยต้องลงทะเบียน ๑๐ หน่วยกิต
一个学期至少要修10个学分。

ค่าหอพักของมหาวิทยาลัยไม่แพง
学校宿舍的住宿费不贵。

ถ้าเช่าหอพักข้างนอก ต้องเสียเดือนละ ๕,๐๐๐ บาทเป็นอย่างน้อย
如果在外面租房子，每个月至少要花5,000铢。

▧ ในห้องเรียน

━━━━━━ ✧ 在课堂上 ✧ ━━━━━━

▧ ครู/อาจารย์

🔘 老 师

เชิญอ่านบทที่หนึ่งค่ะ
请读第一课。

เชิญเปิดหน้าที่ ๑๒๐ ค่ะ
请翻开第120页。

เราทบทวนความรู้ของคาบที่แล้วก่อนนะคะ
我们先复习上一节课的知识。

เราจะเรียนศัพท์ใหม่ก่อน แล้วค่อยเรียนบทเรียนและไวยากรณ์ค่ะ
我们先学习新单词，再学习课文与语法。

เชิญจดเอาไว้ด้วยค่ะ

请做好笔记。

พวกเธอเข้าใจหรือยังคะ

你们明白了吗?

มีอะไรจะถามครูอีกไหมคะ

有什么问题要问老师吗?

เชิญใช้คำนี้มาแต่งประโยคค่ะ

请用这个词造句。

เชิญแปลย่อหน้านี้เป็นภาษาจีนค่ะ

请把这段话译成中文。

ถึงเวลาพัก（เบรก）แล้ว พัก（เบรก）สิบนาทีค่ะ

课间休息时间到了，休息10分钟。

วันนี้เรียนจบแค่นี้ก่อนค่ะ

今天的课就上到这儿。

เชิญทำแบบฝึกหัดหน้าที่ X ข้อที่ Y

请做第X页第Y道练习。

นักเรียน/นักศึกษา

学 生

ขอโทษค่ะ หนูฟังไม่ค่อยชัด /ไม่รู้เรื่องค่ะ

对不起，我听不太清楚/不懂。

ผมเข้าใจแล้วครับ

我明白了。

คำศัพท์ / ประโยคนี้หมายความว่าอะไรคะ

这个词/句子是什么意思?

คำนี้ออกเสียง / สะกดอย่างไรคะ

这个词怎么发音/拼写?

ช่วยอธิบายย่อหน้านี้หน่อยได้ไหมคะ

请您解释一下这个段落好吗?

ช่วยยกตัวอย่างหน่อยได้ไหมคะ

能举个例子吗?

กรุณาพูดอีกครั้งได้ไหมคะ

请您再说一遍好吗?

กรุณาพูดช้า ๆ หน่อยได้ไหมคะ

请您说慢一点好吗?

วันนี้มีการบ้านอะไรบ้างคะ

今天有哪些作业?

บทต่อไปจะเรียนอะไรคะ

下一课要学习什么?

ศัพท์เพิ่มเติม
补充词汇

วิทยาลัย/สถาบัน 学院　ครูใหญ่ (中小学) 校长　อธิการบดี 大学校长
ครูประจำชั้น 班主任　อาจารย์ที่ปรึกษา 导师　ห้องสมุด 图书馆
อบรม 培训　ฝึกงาน 实习　หนีเรียน 逃学　ปริญญาบัตร 学位证
เอกสารส่วนตัว 个人材料　ประวัติส่วนตัว 个人履历
เรียนต่อต่างประเทศ 留学国外　ใบรับรองการศึกษา 学历证明
ประถม/มัธยม/อุดมศึกษา 初等/中等/高等教育　หลักสูตร 学制

คอมพิวเตอร์
电 脑

วลีและรูปประโยค
常用词语和句型

เปิด/ปิดเครื่อง	打开／关闭电脑
ดับเบิลคลิก	双击
สำรองข้อมูล	备份资料
ตัด/คัดลอก/วาง	剪切／复制／粘贴
บันทึก/ลบไฟล์	保存／删除文件
ดาวน์โหลด/อัพโหลดข้อมูล	下载／上传资料
เขียนอีเมล์ถึงเพื่อน	给朋友发电邮

การซื้อเครื่องคอมพิวเตอร์
购买电脑

ลูกค้า
顾客

ฉันอยากซื้อเครื่องคอมพิวเตอร์ตั้งโต๊ะ / โน้ตบุ๊คเครื่องหนึ่ง
我想买一部台式电脑 / 手提电脑。

ฉันมีงบ X บาท คุณคิดว่าฉันจะซื้อคอมพิวเตอร์รุ่นไหนดีคะ
我的预算是X泰铢，您觉得我买什么型号的电脑好呢?

ฉันซื้อคอมพิวเตอร์เพื่อใช้จัดทำเอกสารและเล่นอินเทอร์เน็ต

我买电脑是用来做文字处理和上网。

คุณคิดว่าคอมพิวเตอร์ยี่ห้อ Lenovo / Dell เป็นอย่างไร

您觉得联想电脑 / 戴尔电脑怎么样?

ฮาร์ดไดรฟ์/แฮนดีไดรฟ์（handy drive）/Mobile HDD นี้มีความจุเท่าไรคะ

这个硬盘/U盘/移动硬盘的容量是多少?

ฉันอยากซื้อแฮนดี้ไดรฟ์ ความจุ ๘ กิกะไบต์ ๕ อัน และMobile HDD ความจุ ๒ T หนึ่งอัน

我想买5个8G（8千兆字节）的U盘和一个2T的移动硬盘。

คอมพิวเตอร์เครื่องนี้ได้ติดตั้งซอฟแวร์ฆ่าไวรัสหรือยัง

这台电脑安装有杀毒软件了吗?

พนักงานขาย

售货员

คุณซื้อคอมพิวเตอร์เพื่อใช้ทำอะไรคะ

您买电脑做何用途?

คอมพิวเตอร์รุ่นนี้เรียบง่าย มีสมรรถภาพดีอีกด้วย

这种电脑既简约，性能又好。

คอมพิวเตอร์ตั้งโต๊ะมีคีย์บอร์ดใหญ่ หน้าจอก็ใหญ่ ใช้สบาย

台式电脑键盘大，屏幕也大，用起来舒服。

คอมพิวเตอร์ตั้งโต๊ะราคาถูกกว่า

台式电脑的价格相对低廉。

จอแอลซีดีมีคุณภาพดี และมีความคมชัดสูง

液晶屏幕的质量很好，清晰度也很高。

เครื่องคอมพิวเตอร์เครื่องหนึ่งประกอบด้วยฮาร์ดแวร์กับซอฟต์แวร์สองส่วน

一部电脑包括硬件和软件两部分。

ฮาร์ดแวร์รวมถึงตัวเครื่องคอมพิวเตอร์ มอนิเตอร์ คีย์บอร์ด เมาส์ เป็นต้น
硬件有主机、显示器、键盘、鼠标等。

ซอฟต์แวร์ก็คือโปรแกรมที่ใช้
软件就是所使用的程序。

เครื่องพิมพ์เป็นอุปกรณ์เสริมของเครื่องคอมพิวเตอร์
打印机是电脑的辅助设备。

ฮาร์ดดิสก์ / แฮนดี้ไดรฟ์นี้มีความจุ ๘ กิกะไบต์
这个硬盘 / U盘的容量是8G（8千兆字节）。

การใช้คอมพิวเตอร์
使用电脑

คำถาม
问 句

ปกติคุณใช้คอมพิวเตอร์ทำอะไรบ้าง
你平时用电脑做什么呢？

การสำรองข้อมูลจะต้องทำอย่างไรคะ
想把文件备份怎么操作？

ข้อมูลเหล่านี้ ฉันจะดาวน์โหลดได้จากเว็บไซต์ไหน
这些资料，我可以从什么网站下载？

จะบันทึกรูปถ่ายเหล่านี้เข้าไปในแฮนดี้ไดรฟ์ได้อย่างไรคะ
怎样把这些照片存到U盘上？

จะดาวน์โหลดรูปจากอินเทอร์เน็ตลงเครื่องคอมพิวเตอร์ได้อย่างไรคะ
怎样将网上的照片下载到电脑上？

คอมพิวเตอร์ฉันรันช้ามาก อาจโดนไวรัสแล้ว ทำไงดี
我的电脑反应很慢，可能是中毒了，怎么办？

ไฟล์นี้เปิดไม่ได้ ทำไงดี
这个文件打不开，怎么办？

ขอรบกวนช่วยผมติดตั้งเครื่องพรินต์หน่อยครับ

麻烦你帮我安装一下打印机。

คำตอบ

回答

ฉันมักจะใช้เครื่องคอมพิวเตอร์ทำเอกสาร / ดาวน์โหลดข้อมูล / บันทึกรูปถ่าย

我常用电脑进行文件处理 / 下载材料 / 照片保存。

ฉันคุยกับเพื่อนออนไลน์บ่อย ๆ

我经常上网和朋友聊天。

คลิกเพื่อค้นหา

点击搜索。

ฉันใช้โปรแกรม Word / Excel

我用的是Word / Excel程序。

การเปิดไฟล์ไฟล์หนึ่ง คุณสามารถดับเบิลคลิกที่ชื่อไฟล์

要打开一个文件，您可以在文件名上双击左键。

การคัดลอก ก่อนอื่นต้องเลือกเนื้อหาส่วนที่จะคัดลอก

要复制，首先选中要复制的内容。

คุณควรจะติดตั้งโปรแกรมป้องกันไวรัสไว้และฆ่าไวรัสบ่อย ๆ

您应该安装防病毒程序，并且经常杀毒。

ต้องติดตั้งไฟร์วอลล์

必须装上防火墙。

คุณต้องอัพเดทระบบปฏิบัติการเป็นประจำ

您要定期更新操作系统。

คอมพิวเตอร์ของฉันอ่านโมบายล์ฮาร์ดดิสก์ (ฮาร์ดดิสก์พกพา) นี้ไม่ออก

我的电脑不认这个移动硬盘。

ก่อนทำงาน คุณควรคัดลอกไฟล์จากแฮนดี้ไดรฟ์ไปไว้ในเครื่องคอมฯ

开始工作以前，您应将要使用的文件从U盘上拷贝到电脑上。

คุณสามารถก๊อปปี้/วางรูปถ่ายที่ชอบไว้ในแฮนดี้ไดรฟ์

您可以把喜欢的照片复制 / 粘贴到 U 盘上。

ถ้าข้อมูลของคุณถูกลบทิ้งโดยไม่ได้ตั้งใจ คุณสามารถกู้ข้อมูลที่เสียหรือหายไปจากข้อมูลสำรองได้

如果您的资料被误删，您可以利用备份恢复受损或丢失的资料。

การเล่นอินเทอเน็ต

上网

คำถาม

问句

เว็บพอร์ทัลหรือเว็บไซต์ที่คนไทยเยี่ยมชมมากที่สุดคือเว็บไหน

泰国使用得最多的门户网站是哪一个？

เสิร์ชเอนจินที่ใหญ่ที่สุดของโลกคืออันไหน

世界最大的搜索引擎是哪一个？

คุณเล่นอินเทอร์เน็ตทุกวันหรือเปล่า

您每天都上网吗？

คุณมีเพื่อนออนไลน์หรือเปล่าคะ

您有网友吗？

คุณติดต่อกับเพื่อนออนไลน์ด้วยวิธีใด

您通过什么方式与网友联系？

คุณมีเว็บเพจส่วนตัวหรือเปล่า

您有个人网页吗？

คุณเล่นบล๊อกหรือเปล่า

您开博客了吗？

คุณใช้ WeChat หรือเปล่า

你开了微信吗？

คุณส่งรูปมาให้ฉันบ้างสิ

你给我发几张照片吧！

ไม่ทราบว่ามีร้านอินเทอร์เน็ตที่ไหนคะ

请问哪儿有网吧？

ที่นี่มี WIFI หรือเปล่าคะ（*ใช้ในภัตตาคาร ร้านกาแฟ โรงแรม*）

请问贵处有wifi吗？（*在饭店、咖啡馆、旅馆用*）

WIFI ฟรีหรือเปล่าคะ

wifi是免费的吗？

ครึ่งชั่วโมง / หนึ่งชั่วโมงคิดเท่าไรคะ

半小时 / 一小时多少钱？

ขอโทษค่ะ ช่วยเช็คหน่อยว่า ทำไมอินเทอร์เน็ตช้าจัง

对不起，请检查一下为什么网速这么慢。

คำตอบ

回 答

เว็บไซต์ที่ใหญ่ที่สุดของไทยคือ Sanook.com

泰国最大的门户网站是Sanook.com。

Baidu เป็นเสิร์ชเอนจินที่มีชื่อเสียงที่สุดของจีน

百度是中国最著名的搜索引擎。

ฉันเล่นอินเทอร์เน็ตทุกวัน

我每天都上网。

ฉันค้นหาข้อมูลจากอินเทอร์เน็ต

我在网上查找资料。

ฉันกับเพื่อนมักคุยกันทาง QQ

我和朋友经常用QQ聊天。

อินเทอร์เน็ตของท่านต่อไม่ได้ค่ะ

您的互联网络无法接通。

ฉันเขียนอีเมล์ถึงเพื่อนบ่อย ๆ

我常给朋友发电子邮件。

ฉันมีเพื่อนในอินเทอร์เน็ตอยู่ทั่วโลก

我的网友遍布全球。

ช่วยเขียนอีเมล / เว็บไซต์ของคุณให้ฉันหน่อย

请您把您的电子邮箱 / 网址写给我。

ฉันมีเว็บเพจส่วนตัว

我有个人网页。

ฉันเปิดเล่นบล๊อกแล้ว

我开了博客。

บัญชีวีแชทของฉันคือ XXX

我的微信号是XXX。

มีร้านอินเทอร์เน็ตอยู่ตรงข้ามที่ทำการไปรษณีย์

邮局对面有一家网吧。

ร้านเรายังไม่มีบริการ WIFI

本店目前还没有WIFI。

WIFI ร้านเราฟรีค่ะ

本店WIFI是免费的。

ลูกค้าสามารถใช้ WIFI ในโรงแรมฟรี

房客可以使用免费WIFI。

รหัสผ่านของ WIFI คือ XXXX

WIFI密码是XXXX。

หากต้องการข้อมูลเพิ่มเติม ท่านสามารถค้นหาจากเว็บไซต์ของเราได้ค่ะ

要想了解更多的情况，您可以查询我们的网站。

สามารถดาวน์โหลดแบบฟอร์มไฟล์ PDF ได้จากเว็บไซต์ของเรา

可以从我们的网站下载PDF格式的表格。

ฉันจะส่งไฟล์ Word ของเอกสารนี้ถึงท่านโดยส่งเป็นเอกสารแนบ

我将通过邮件附件将这个文件的Word文档发送给您。

มีคนร้ายขโมยรหัสลับของฉัน แฮ็คเข้าเว็บไซต์ฉันแล้ว

有坏人偷了我的密码，侵入我的网站。

เว็บไซต์นี้ถูกแฮ็ค

这个网站受到黑客的攻击。

ศัพท์เพิ่มเติม

补充词汇

หน้าแรก 首页　หน้าหลัก 主页　เมนู菜单　ออฟไลน์ 离线

โปรแกรมฆ่าไวรัส 杀毒软件　ปริ้นเตอร์ 打印机　หน่วยความจำ 内存

หน้าจอสัมผัส 触屏　ซอฟแวร์ฆ่า/ป้องกันไวรัส 杀 / 防病毒软件

ตัวเครื่อง/หน้าจอ/คีย์บอร์ด/เม้าซ์　主机 / 显示器 / 键盘 / 鼠标

ผลิตภัณฑ์ดิจิตอล

数码产品

วลีและรูปประโยค

常用词语和句型

ชาร์จไฟแบตเตอรี	给电池充电
เข้ากับ...ได้	与……兼容
ส่งข้อความ/วีดีโอ	发送短信/视频
เล่นวีแชท/ไลน์	用微信/连我
จะซื้อ...ได้ที่ไหน	在哪里可以买到……

กล้องถ่ายรูปดิจิตอล

数码相机

คำถาม

问句

กล้องถ่ายรูปดิจิตอลกับกล้องฟิล์มต่างกันอย่างไร

数码照相机和胶卷照相机有哪些不同？

กล้องถ่ายวิดีโอดิจิตอลเครื่องนี้กี่พิกเซล

这台数码摄像机的像素是多少？

ฉันอยากซื้อกล้องที่มี ๘ ล้านพิกเซล

我想买一部八百万像素的照相机。

มีเมมโมรีการ์ดอะไรบ้างที่เข้ากับกล้องของฉันได้

有哪些内存卡与我的相机兼容呢?

เมมโมรีการ์ดนี้สามารถบันทึกรูปได้กี่รูป

这个内存卡能够储存多少张照片?

จะหาซื้อการ์ดรีดเดอร์ได้ที่ไหนคะ

在哪里可以买到读卡器?

จะก๊อปปี้รูปถ่ายจากกล้องถ่ายรูปไปลงที่เครื่องคอมพิวเตอร์ได้อย่างไรคะ

怎样将照相机上的照片拷到电脑上?

จะหาซื้อแบตเตอรีลิเธียมที่เหมาะกับกล้องของฉันได้ที่ไหนคะ

哪儿可以买到适合我的照相机的锂电池?

เมื่อเทียบกับกล้องดิจิตอลทั่วไป กล้องดิจิตอล SLR มีข้อดีอะไรบ้าง

与普通数码照相机相比，单反（单镜头反光）数码相机有哪些优点?

จะอัดรูปดิจิตอลได้ที่ไหนคะ

在哪儿冲印数码照片?

คำตอบ

回答

หลักการการทำงานของกล้องถ่ายรูปดิจิตอลเหมือนกับกล้องที่ใช้ฟิล์ม

数码照相机的基本工作原理与胶卷照相机是一样的。

กล้องถ่ายรูปแบบดั้งเดิมเก็บภาพไว้ในฟิล์ม ส่วนกล้องถ่ายรูปแบบดิจิตอลเก็บภาพไว้ในเมมโมรีการ์ด

传统相机将照片留存在胶卷上，而数码相机则是把相片保存在内存卡中。

ถ้าไม่พอใจรูปไหน ก็ลบทิ้งได้

如果对哪张相片不满意，可以删除。

การก๊อปปี้รูปที่บันทึกไว้ในกล้องลงในคอมฯ มีหลายวิธีค่ะ

把照相机储存的照片拷到电脑上，有多种方法。

คุณก็สามารถปริ้นต์รูปถ่ายที่บ้านได้ แต่ต้องใช้กระดาษโฟโต้
您也可以在家里自己打印照片，但要使用专用相纸。

กล้องถ่ายรูป ๘ ล้านพิกเซลขายหมดแล้วค่ะ
八百万像素的照相机已卖完了。

รุ่นนี้ขายหมดแล้ว
这种型号已售罄。

ผมแนะนำให้คุณซื้อกล้องถ่ายรูปที่มี ๘ ล้านพิกเซลขึ้นไป
我建议您买八百万像素以上的照相机。

ถ้าใช้ถ่ายรูปในชีวิตประจำวันอย่างเดียว กล้อง ๘ ล้านพิกเซลก็พอแล้ว
拍生活照八百万像素的相机就足够了。

กล้องดิจิตอล SLR เป็นกล้องสำหรับช่างมืออาชีพ
单反数码照相机主要供专业人士使用。

ภาพถ่ายที่ถ่ายโดยกล้องดิจิตอล SLR มีคุณภาพดีกว่ากล้องดิจิตอลธรรมดา
单反数码照相机拍出的照片比普通数码照相机质量更胜一筹。

กล้องถ่ายวิดีโอดิจิตอลขนาดเล็กเป็นผลิตภัณฑ์อิเล็กทรอนิกส์พกพาได้ง่าย สามารถบันทึกวิดีโอและอัดเสียงได้ด้วย
小型数码摄像机是一种便携式电子产品，既可以摄像，又可以录音。

โทรศัพท์มือถือสมาร์ทโฟน

智能手机

คำถาม

问句

ฉันอยากซื้อโทรศัพท์มือถือสมาร์ทโฟนสักเครื่องหนึ่ง ขอคำแนะนำหน่อยได้ไหม
我很想购买一部智能手机，可以给我一些建议吗？

ปีนี้ยี่ห้อซัมซุง รุ่นไหนขายดีกว่าคะ
今年三星品牌哪个型号比较畅销？

Iphone รุ่นนี้เป็นรุ่นล่าสุดหรือเปล่าคะ มีสีอื่นไหมคะ

这款苹果手机是最新款的吗？还有其他颜色的吗？

มือถือสมาร์ทโฟนมีฟังก์ชั่นอะไรบ้าง

智能手机有哪些功能？

มือถือของคุณใช้ซอฟต์แวร์ระบบอะไร

你的手机用什么系统的软件？

การใช้มือถือเล่นอินเทอร์เน็ต ต้องระวังอะไรบ้าง

手机上网需要注意什么？

คนไทยนิยมเล่นวีแชท（WeChat）เหมือนคนจีนไหม

泰国人像中国人一样热衷于玩微信吗？

การเปิดใช้วีแชท จะต้องทำอย่างไร

要开通微信如何操作？

คำตอบ

回 答

ฉันเสนอให้คุณซื้อมือถือ 4G

我建议你买一部4G手机。

รุ่นนี้ได้รับความนิยมในหมู่สตรี

这个型号很受女士欢迎。

รุ่นนี้เป็นรุ่นล่าสุดค่ะ มีสีขาว สีเงินและสีทองค่ะ

这款是最新款的，有白色、银色与金色。

มือถือสมาร์ทโฟนเปรียบเสมือนคอมพิวเตอร์ขนาดเล็กเครื่องหนึ่ง

智能手机仿佛就是一部小型电脑。

มือถือสมาร์ทโฟนมีฟังก์ชั่นหลายอย่าง หลัก ๆ นอกจากโทรศัพท์

ส่งข้อความแล้ว ยังเล่นอินเทอร์เน็ต ถ่ายรูป ถ่ายวีดีโอ อัดเสียง ดูหนัง

เล่นหุ้น เล่น Facebook หรือ Twitter ได้ด้วย

智能手机功能很多，除可以用来打电话、发短信之外，还可以上网、照相、录像、录音、看电影、炒股票、玩Facebook和Twitter等。

มือถือฉันใช้ระบบแอนดรอยด์ / ไอโอเอส

我的手机用的是安卓/IOS系统。

วิธีการประหยัดแบตเตอรี่มีหลายวิธี เช่นกดปุ่ม Power เบา ๆ ก็ปิดหน้าจอได้

省电有多种方法，如轻按电源键，就可以关闭屏幕。

สมาร์ทโฟนจะเล่นอินเทอร์เน็ตได้นั้น ต้องเปิดWLAN หรือเซลลูลาร์เพื่อ

เชื่อมต่ออินเทอร์เน็ต แล้วก็ค้นหาหรือเข้าสู่เว็บไซต์ได้เลย

手机上网要点击WLAN或移动数据，连接网络，就可以查找和访问

网站了。

เมื่อเล่นอินเทอร์เน็ตเสร็จแล้ว ต้องกดปุ่ม WLAN หรือเซลลูลาร์ให้

ดับเพื่อปิดข้อมูลเซลลูลาร์ จะได้ไม่เปลืองค่าใช้จ่าย

用手机上网结束后，要点击WLAN或移动数据按键以关闭数据，节

约费用。

แต่ก่อน คนไทยนิยมเล่นไลน์ (Line) ตอนนี้เริ่มฮิตวีแชทของจีนมากขึ้น

泰国人以前玩"连我"，现在开始热衷于玩中国的微信了。

ดาวน์โหลดวีแชทแอพ ติดตั้งเรียบร้อย แล้วสมัครเป็นสมาชิกด้วย

หมายเลขโทรศัพท์ ก็สามารถเริ่มใช้งานได้แล้ว

下载微信客户端，安装完成，然后用手机号码注册，就可以开始使

用微信了。

เมื่อมีวีแชทแล้ว ก็สามารถสร้างกลุ่มสนทนา คุยกันเป็นกลุ่มได้ ส่งเสียง

ส่งรูปและส่งวีดีโอหากันได้ด้วย

有了微信，就可以创建聊天群进行群聊，还可以发送语音、相片或

视频等。

ศัพท์เพิ่มเติม

补充词汇

อัลบั้มรูปถ่าย 相册　หนังสืออิเล็กทรอนิกส์ 电子书（E-book）

แบตเตอรี่สำรอง/พาวเวอร์แบ๊งค์ 移动电源，充电宝（Power Bank）

ปากกาอัดเสียง 录音笔　ไมค์โครโฟน 麦克风

กล้องเว็บแคม 网络摄像头　แท็บเล็ต 平板电脑

ระยะเวลาการสแตนบาย（Standby Time）待机时间

ระยะเวลาการสนทนา（Talk Time）通话时间

กฎหมาย
法律事务

วลีและรูปประโยค
常用词语和句型

ทำ/ยกเลิกสัญญาจ้างงาน	签订/终止劳动合同
จัดการข้อพิพาท	处理纠纷
ฟ้องตามกฎหมายแพ่ง/อาญา	提起民事/刑事诉讼
รับคดี/ฟ้องคดี/สู้คดี	受理案件/起诉/打官司
จ้างทนายความแก้ต่าง	请律师辩护
ยกเลิก/ยืนยันคำพิพากษาเดิม	撤销/维持原判
มีผลบังคับใช้ตามกฎหมาย	具有法律效力
รับรองเอกสาร	办理文件公证

การทำสัญญาจ้างแรงงาน
签订劳动合同

ลูกจ้าง
雇 员

ฉันต้องทำสัญญาจ้างแรงงานกับนายจ้างหรือไม่
我是否要和雇主签订劳动合同?

สัญญาจ้างแรงงานมีชนิดที่แตกต่างกันกี่ชนิด
劳动合同有哪些不同的类型?

สัญญาจ้างแรงงานฉบับหนึ่งต้องมีเนื้อหาอะไรบ้าง
一份劳动合同主要包括哪些内容?

ก่อนทำสัญญาจ้างแรงงาน ฉันต้องระวังอะไรบ้าง
签订合同前我应注意哪些事情?

สัญญาจ้างแรงงานแก้ไขได้หรือไม่
劳动合同可否修改?

จะขอยกเลิกสัญญาจ้างแรงงานได้อย่างไร
怎样终止劳动合同?

นายจ้าง

 雇 主

หากคุณได้รับเข้าเป็นพนักงานแล้ว คุณจะต้องทำสัญญาจ้างแรงงาน
กับนายจ้าง
当您被雇用时，您应该与雇主签订劳动合同。

สัญญาจ้างแรงงานสามารถแบ่งออกเป็น ๒ ชนิด คือสัญญาจ้างมีกำหนด
ระยะเวลา และสัญญาจ้างไม่มีกำหนดระยะเวลา
劳动合同可根据性质分为定期合同和不定期合同。

ก่อนทำสัญญาจ้าง ต้องอ่านเนื้อหาอย่างละเอียด หากลงนามกันแล้ว
จะแก้ไขได้ยาก
签订合同之前，最好仔细阅读，因为合同一旦签署，就很难修改了。

สัญญาจ้างแรงงานจะต้องถูกต้องตาม "กฎหมายแรงงาน" ควรระบุสิทธิ
ขั้นพื้นฐานของลูกจ้าง เช่น อัตราค่าจ้างในวันทำงาน วันทำงาน และวันหยุด
ค่าทำงานในวันหยุด ค่าทำงานล่วงเวลา วันหยุดพักร้อน การลาป่วย เป็นต้น
劳动合同应符合《劳动法》，注明雇员的基本权利，如工资、工作
日和休息日、假期薪资、加班薪资、年休假、病假等。

สัญญาจ้างแรงงาน จะต้องกำหนดเงื่อนไขการยกเลิกสัญญา
劳动合同必须约定取消合同的条件。

การฟ้องคดีแพ่ง
民事诉讼

คำถาม
问 句

การสู้คดี จะต้องเตรียมขึ้นศาลอย่างไร
如果打官司，应该如何准备诉讼呢？

ลิขสิทธิ์ฉันถูกละเมิด ฉันอยากจะยื่นฟ้องผู้ละเมิดลิขสิทธิ์
我的著作权受到侵犯，我想起诉侵权者。

นายจ้างของฉัน ไม่ปฏิบัติตามข้อตกลงในสัญญาจ้างแรงงาน ฉันจะ
ฟ้องเขาอย่างไร
我的雇主不遵守《劳动合同》的条款，我该怎样起诉他？

คุณช่วยฉันเขียนหนังสือฟ้องให้ศาลได้ไหม
您能帮助我向法院写诉状吗？

ฉันควรจะเขียนหนังสือฟ้องถึงบริษัทอย่างไร
我该如何给公司写投诉信？

คดีของฉันวินิจฉัยโดยศาลไหน
我的案件由哪个法院审理？

การฟ้องร้องต้องจ้างทนายความหรือไม่
诉讼需要请律师吗？

การฟ้องต้องเสียเงินหรือไม่
起诉要钱吗？

ค่าฟ้องและค่าทนายความใครเป็นผู้รับผิดชอบ
诉讼费和律师费由谁支付？

การฟ้องคดีแพ่งมีขั้นตอนอย่างไรบ้าง
民事诉讼有哪些步骤?

การฟ้องคดีดำเนินการอย่างไร
诉讼是如何进行的?

หากไม่ยอมรับคำวินิจฉัย จะอุธรณ์ได้หรือไม่ และอุธรณ์อย่างไร
如果不服判决，可以上诉吗? 如何上诉?

คำตอบ

回 答

การฟ้องคดีแพ่งมีวัตถุประสงค์เพื่อแก้ไขข้อพิพาทระหว่างคู่กรณี
民事诉讼的目的是解决双方当事人之间的争端。

ตามปกติ ศาลจะต้องรับฟังข้อเรียกร้องของคู่กรณี ตรวจสอบคดีรับฟังคำ
แก้ต่าง แล้วจึงวินิจฉัย
通常法院要了解双方的诉求，然后审理案件，聆听辩护，再作出判
决。

คุณมีสิทธิ์แก้ต่างให้ตนเองในศาลได้โดยไม่ต้องจ้างทนายความ
您有权在法庭上自己为自己辩护而不请律师。

การให้ทนายความเป็นตัวแทนนั้นเป็นทางเลือกที่ฉลาด เพราะว่าการแก้ต่าง
ให้ตนเองในศาลไม่ใช่เรื่องง่าย
请律师代理是明智的，因为在法庭上自己辩护很不容易。

คุณไม่จำเป็นต้องจ้างทนายความ แต่การจัดการการฟ้องร้องด้วยตน
เองเป็นเรื่องยากมาก
您不一定要请律师，只是自己处理诉讼很难。

ทนายความแก้ต่างให้ผู้มอบหมาย
律师为他的委托人辩护。

ศาลรับคดีไว้แล้ว
法院已经受理案件。

ศาลส่งหมายเรียกถึงจำเลยแล้ว
法院向被告发出了传票。

โจทก์เพิกถอนคำฟ้องแล้ว
原告撤诉了。

ผู้พิพากษาอ่าน<u>คำฟ้อง</u>/<u>คำตัดสินคดี</u>
法官宣读<u>起诉书</u>/<u>判决书</u>。

ผู้พิพากษาประกาศ<u>เปิดศาล</u>/<u>ปิดศาล</u>/<u>หยุดพักชั่วคราว</u>
法官宣布<u>开庭</u>/<u>闭庭</u>/<u>休庭</u>。

หากไม่ยอมคำตัดสินคดีในศาลชั้นต้น คุณสามารถอุธรณ์ได้
如果不服一审判决，您可以提出上诉。

ศาลฎีกา<u>ยกเลิก</u>/<u>ยืนยัน</u>คำพิพากษาเดิม
终审法庭<u>撤销</u>/<u>维持</u>原判。

นี่เป็นการวินิจฉัยชี้ขาดของศาลฎีกา
这是终审判决。

จำเลยยอมรับคำวินิจฉัยของศาล ไม่อุธรณ์
被告服从法院的判决，不再提出上诉。

การรับรองเอกสาร

∽ 办理公证 ∽

คำถาม

问句

ในกรณีไหนบ้างที่ต้องขอหนังสือรับรองจากเจ้าหน้าที่รับรอง
在什么情况下要找公证人出具公证书?

เอกสารเหล่านี้ต้องรับรองหรือไม่
这些文件需要经过公证吗?

การไปเรียนต่อที่ต่างประเทศ ต้องรับรองเอกสารอะไรบ้าง

去国外留学有哪些文件需要公证?

ไปทำการรับรองเอกสารที่ไหน

在哪儿办理公证?

การรับรองเอกสารต้องเสียค่าใช้จ่ายหรือไม่คะ

办理公证收费吗?

คำตอบ

回 答

เอกสารรับรองที่ออกโดยเจ้าหน้าที่รับรอง มีความเป็นจริงที่น่าเชื่อถือ

公证人所出具的证明文件具有更可靠的真实性。

เอกสารที่ผ่านการรับรองแล้ว มีผลบังคับใช้เป็นหนังสือสำคัญ

经过公证的文件，具有证明的效力。

การไปเรียนต่อต่างประเทศ ตามปกติแล้ว ประกาศนียบัตรและผล

การศึกษาต้องผ่านการรับรอง

到国外留学，一般来说，学历证明、成绩单，都需要公证。

การรับรองเอกสารต้องเสียค่าใช้จ่าย

办理公证是收费的。

สถานทูตหรือสถานกงสุลมีอำนาจในการรับรองเอกสารสามารถรับรองเอก

สารให้กับพลเมืองที่พำนักประจำหรือพำนักชั่วคราวภายในเขตอำนาจหน้าที่

ครอบคลุมได้

驻外大使馆或领事馆有出具公证书的权力，可以为其领区常住或经

停的公民开出公证书。

ศัพท์เพิ่มเติม

补充词汇

สัญญาชั่วคราว 临时合同

สอบสวนคดี 审理案件

ตัดสินให้จำคุก X ปี 判处X年徒刑

รอลงอาญา 缓期执行

เกิดข้อพิพาทกับ ... 与……有纠纷

ยื่นขออนุญาโตตุลาการ 提出仲裁申请

จ่ายค่าเลี้ยงดูบุตร 支付抚养费

เลิกจ้างพนักงาน 解雇员工

ประกาศผลการตัดสิน 宣判

ตัดสินให้ประหารชีวิต 判处死刑

ออกหมายจับ 发出逮捕令

ชนะคดี 胜诉

ยื่น(คำ)ฟ้องหย่า 提交离婚诉状

แบ่งสินสมรส 分割夫妻共同财产

การสมัครงานและการรับสมัคร

求职与招聘

วลีและรูปประโยค

常用词语和句型

สมัครงาน / รับสมัครงาน	应聘 / 招聘
ประวัติส่วนตัว	个人履历
จดหมายสมัครงาน	求职信
ใบอนุญาตทำงาน	就业许可证
ระยะเวลาทดลองงาน	试用期
คุณสมบัติรับสมัคร	招聘条件
ประสบการณ์การทำงาน	工作经验
ลาออกจากงาน	辞职

ผู้สมัครงาน

求职者

ดิฉันสนใจงานตำแหน่ง X ของบริษัทท่าน
我对你们公司的X岗位感兴趣。

ขอทราบว่าตำแหน่งนี้ต้องการคุณสมบัติอะไรบ้างคะ
请问这个岗位需要什么条件?

ถ้าดิฉันจะสมัครงานจะต้องทำอย่างไร
我想应聘该怎么办?

ผมมาสมัครงานครับ
我来报名应聘。

ฉันมาส่ง<u>เอกสารสมัครงาน</u>/<u>ประวัติส่วนตัว</u>
我来递交<u>求职材料</u>/<u>个人履历</u>。

หนูเป็นนักศึกษา บริษัทท่านมีงาน<u>พาร์ตไทม์</u>/<u>งานประจำ</u>ที่เหมาะกับหนูไหมคะ
我是学生，贵公司有适合我的<u>兼职</u>/<u>全职</u>工作吗?

ดิฉันมีใบอนุญาตทำงาน
我有（外国人）就业许可证。

บริษัทของท่านจะให้คำตอบได้เมื่อไรคะ
贵公司什么时候给我答复?

ไม่ทราบว่าดิฉันจะมาให้สัมภาษณ์ได้เมื่อไร
请问我什么时候可以面试?

อัตราค่าจ้างและสวัสดิการของบริษัทท่านเป็นอย่างไรบ้าง
贵公司的工资与待遇情况怎么样?

ฉันได้รับการศึกษาด้านกฎหมายธุรกิจมาก่อน
我受过商法的正规教育。

ฉันเรียนด้านเศรษฐศาสตร์/<u>การบริหาร</u>/<u>สารสนเทศ</u>
我是学<u>经济</u> / 管理 / <u>信息</u>的。

ฉันจบปริญญา<u>โท</u>/<u>เอก</u> ด้านนิติศาสตร์/<u>ชีวเคมี</u>/<u>เทคโนโลยีอินเตอร์เน็ต</u>
我有<u>法律</u> / <u>生物化学</u> / <u>网络技术</u>的硕士 / <u>博士</u>文凭。

ฉันเรียนรู้<u>เอง</u>
我是自学成才的。

ฉันเรียนรู้จากการทำงาน
我是在工作中边干边学的。

ฉันเคยมีงาน
我有过一份工作。

ฉันเคยเป็นผู้จัดการโครงการ
我曾当过项目经理。

ฉันลาออกแล้วค่ะ
我辞职了。

ฉันไปเรียนต่อที่ต่างประเทศหลังจากลาออกจากงานแล้ว
我离职后，到国外进修了。

ฉันมีใบขับขี่
我有驾驶执照。

ตำแหน่งนี้เหมาะกับฉัน
这个岗位挺适合我的。

ฉันมีประสบการณ์ด้านบัญชี
我有做会计的工作经验。

ฉันพูดภาษาอังกฤษได้คล่อง ฟังภาษาจีนรู้เรื่อง
我会说流利的英语，听得懂汉语。

ฉันหวังเป็นอย่างยิ่งว่า จะได้รับตำแหน่งนี้
我非常希望能聘上这一<u>岗位</u>（职位）。

ผู้รับสมัครงาน

招 聘 者

คุณทราบคุณสมบัติของตำแหน่งนี้แล้วหรือยัง
你了解这一岗位的招聘条件了吗？

เชิญแนะนำตัวเองอย่างคร่าว ๆ นะครับ
请你做个简单的自我介绍吧。

เรารับสมัครช่างเทคนิคคอมพิวเตอร์ที่มีอายุไม่เกิน ๓๐ ปีหนึ่งอัตรา
我们招聘一名三十岁以下的电脑技术员。

บริษัทXรับสมัครผู้จัดการโครงการอุตสาหกรรมหนึ่งอัตรา ต้องเป็น
สัญชาติจีน ทำงานที่กรุงเทพฯ
X公司招聘一名工业项目负责人，要求中国籍，工作地点在曼谷。

ส่งประวัติส่วนตัวและเอกสารรับรองที่เกี่ยวข้องมาถึงเรานะคะ
请把履历和相关证明材料交给我们。

คุณต้องส่งเอกสาร/ประวัติส่วนตัว/จดหมายสมัครงานไปถึงคุณXX
ตามที่อยู่ต่อไปนี้
您要把材料 / 履历 / 求职信按以下地址寄给XX先生。

ขอทราบชื่อ นามสกุลและที่อยู่ของคุณด้วย
请告知您的姓名和地址。

เสียดายจัง ตำแหน่งนี้ไม่มีอัตราว่างแล้ว
很遗憾，这个岗位没有空缺。

ขอแสดงความเสียใจ คุณสมบัติของท่านไม่ถูกต้องตามที่บริษัทเราต้องการ
很遗憾，您的条件不符合公司的招聘要求。

คุณสมบัติของคุณเหมาะกับตำแหน่งนี้มาก
您的条件非常符合这个岗位的要求。

คุณได้ผ่านการคัดเลือกขั้นต้นแล้ว
您已经通过了初选。

คุณยังต้องผ่านการสัมภาษณ์ของท่านผู้จัดการของเรา
您还要通过我们总经理的面试。

เราได้รับใบสมัครของคุณแล้ว เราจะนัดสัมภาษณ์คุณในเร็ว ๆ นี้
我们已收到你的求职申请，我们很快会安排你面试。

พรุ่งนี้เช้าเวลา ๑๐ นาฬิกา คุณมาให้สัมภาษณ์ได้ไหมคะ
您能在明天十点来面试吗？

หลังจากการสัมภาษณ์เสร็จ เราตัดสินใจจะจ้างคุณ ระยะเวลาทดลองงาน
สองเดือน
经过面试，我们决定聘用您，试用期为两个月。

เงินเดือนเริ่มต้นขึ้นอยู่กับความสามารถและประสบการณ์การทำงานของท่าน
起点工资取决于您的工作经验与能力。

ค่าจ้างประกอบด้วยเงินเดือนและโบนัส
薪水包括固定工资和奖金。

เงินเดือนเดือนละ X บาท โบนัสประจำปีมียอดเงินเท่ากับเงินเดือนหนึ่งเดือน
月工资X铢，年度奖金相当于一个月工资。

คุณเรียนสาขาอะไร
你是学什么专业的？

คุณจบการศึกษาระดับอะไร
您文化程度如何？

คุณเรียนจบมหาวิทยาลัยอะไร
您是什么学校毕业的？

คุณได้รับวุฒิบัตรอะไร
您获得什么文凭？

คุณสอบผ่านภาษาอังกฤษระดับ ๖ หรือยัง
您过了英语六级吗？

คุณเก่งภาษาต่างประเทศอะไร
您擅长什么外语？

คุณออกมาทำงานเป็นครั้งแรกใช่ไหม
这是您初次就业吗？

คุณมีประสบการณ์การทำงานอะไรบ้าง
您有些什么工作经验吗？

ปัจจุบันคุณทำงานอะไรอยู่
您现在从事什么工作？

ทำไมคุณจึงคิดเปลี่ยนงาน
您为什么要换工作？

ทำไมคุณจึงสนใจตำแหน่งนี้
您为什么对这个岗位感兴趣？

คุณเข้าใจว่าตำแหน่งนี้ต้องการคุณสมบัติอะไรบ้าง
您认为这个工作岗位应具备什么样的素质?

คุณมีใบขับขี่หรือไม่
您有驾驶执照吗?

คุณหวังจะได้รับเงินเดือนเท่าไร
您希望能拿到多少工资?

คุณจะมาทำงานได้เร็วที่สุดเมื่อไร
您最快什么时候可以上班?

ศัพท์เพิ่มเติม

补充词汇

ระดับการศึกษา 受教育程度
งานประจำ(ฟูลไทม์) 全职工作
ตกลงที่จะจ้าง 同意聘请
เข้ากับเพื่อนได้ดี 合群
ให้ความร่วมมือ 合作
คุณสมบัติวิชาชีพ 职业资格
ฝ่ายบุคคล 人事部
ค่าคอมมิชชั่น 提成
ค่าโอที 加班费
ลูกจ้าง 雇员
ไล่ออกจากงาน 开除
งานนอกเวลา(พาร์ทไทม์) 兼职工作
ขอนัดพบ 约见
เหตุผล 理由
สมัคคี 团结
พนักงาน 职员
สถานภาพการสมรส 婚姻状况
ฐานเงินเดือน 底薪
เบี้ยเลี้ยง 补贴
เลิกจ้าง 解雇
นายจ้าง 雇主

การท่องเที่ยว
旅 游

วลีและรูปประโยค
常用词语和句型

แนะนำเส้นทางการท่องเที่ยว	介绍旅游线路
รายการท่องเที่ยว	旅游项目
ช่วยถ่ายรูปให้หน่อย	帮照张相
ซื้อของที่ระลึกฝากเพื่อน	给朋友买纪念品
จัดสัมภาระให้เรียบร้อย	整理好行李
ห้ามถ่ายรูป	禁止拍照
เดินทางโดยสวัสดิภาพ	旅途平安
โบราณสถานที่มีชื่อเสียง	名胜古迹
วิถีชีวิตของชาวบ้าน	居民的生活方式
มีประวัติยาวนานนับ...ปี	有……年的悠久历史
เที่ยวตามอัธยาศัย	自由活动

นักท่องเที่ยว

 游 客

ไม่ทราบว่า บริษัทของคุณจัดทัวร์ไปเที่ยวสิงคโปร์ มาเลเซีย และประเทศไทยไหม
请问贵公司有新马泰游吗?

ไม่ทราบว่าบริษัทคุณจัดแพ็กเก็จทัวร์ X ไหมคะ
请问贵公司有X游套餐吗？

ผมอยากไปกับทัวร์ X ของบริษัทคุณครับ
我想参加贵社X游。

ผมอยากไปประเทศไทย ไม่ทราบว่าบริษัทคุณจัดทัวร์ไปประเทศไทยไหม
我想去泰国旅游，不知道贵公司组团去泰国吗？

ทัวร์นี้เป็นทัวร์กี่วันครับ
这个团的行程是几天？

อัตราค่าบริการท่านละเท่าไหร่ รวมค่าอะไรบ้างคะ
团费是每人多少，包括哪些费用？

กรุณาแนะนำเส้นทางการท่องเที่ยวให้ผมหน่อยได้ไหมครับ
您能向我介绍一些旅游线路吗？

กรุณาแนะนำรายละเอียดของรายการท่องเที่ยว X ให้ผมทราบหน่อยนะครับ
请你给我详细地介绍一下X游的具体内容。

พวกเราไม่ต้องการเพิ่มรายการท่องเที่ยวค่ะ
我们不需要增加旅游项目。

ก่อนออกเดินทางต้องเตรียมตัวอย่างไรคะ
出行前需要做哪些准备？

บริษัทคุณรับจองตั๋วเครื่องบิน/ตั๋วรถไฟ/โรงแรมไหมครับ
贵社可以预订飞机票/火车票/酒店吗？

มีมัคคุเทศก์ (ไกด์) ที่พูดภาษา X ไหมครับ
有X语的导游吗？

เมืองนี้มีสถานที่ท่องเที่ยวอะไรที่น่าสนใจบ้าง
这座城市有什么好玩的景点？

ที่กรุงเทพฯ มีโบราณสถานอะไรบ้างที่น่าเที่ยวชม
曼谷有什么名胜古迹值得游览的？

วัดนี้สร้างขึ้นเมื่อไหร่ครับ
这座寺庙是什么时候建的?

ที่นี่ทำไมตั้งชื่อว่า X มีตำนานหรือนิทานอะไรหรือ
这个地方为何取名为X？有什么典故或传说吗?

ที่นี่ถ่ายรูป / วีดีโอได้ไหมครับ
这里可以照相/录像吗?

ช่วยถ่ายรูปให้หน่อยได้ไหมครับ
能帮照张相吗?

ที่นี่มีของพื้นเมืองอะไรบ้างครับ
这里有什么土特产?

ผมอยากซื้อของที่ระลึกฝากเพื่อนบ้างครับ
我想买点儿纪念品给朋友。

ทิวทัศน์ที่นี่สวยจริง ๆ
这里的风景真美!

วันนี้เที่ยวสนุกจริง ๆ
今天玩得真开心!

ผมจะมาใหม่นะครับ
我会再来的。

ไกด์

导游

บริษัทเรามีทัวร์ X เจ็ดวันค่ะ
我们公司有X 七日游。

ทัวร์สามวันสองคืนค่ะ
三天两晚。

ค่าทัวร์รวมค่าตั๋วเครื่องบิน ค่าที่พัก ค่าอาหาร ค่าตั๋วผ่านประตู และค่าประกันชีวิตค่ะ
团费包括飞机票、住宿费、餐饮费、门票、人身保险费。

ยินดีต้อนรับท่านทั้งหลายมาเที่ยวที่ X ค่ะ
欢迎各位来X旅游。

คุณเคยไปเที่ยวที่ไหนมาบ้างแล้วคะ
您去过哪些地方了?

คุณเคยไปเที่ยวเมืองไทยไหมคะ
你去过泰国旅游吗?

ตอนเช้าเที่ยวชมตัวเมือง ตอนบ่ายเยี่ยมชมพิพิธภัณฑสถาน ตอนค่ำดูการ
แสดงคาบาเร่ต์โชว์
上午游览市容,下午参观博物馆,晚上观看人妖表演。

นี่คือกำหนดการเดินทางของเรา ถ้ามีความคิดเห็นหรือข้อเสนอแนะอะไร
กรุณาบอกผมด้วยนะครับ
这是我们的旅游行程安排,有什么意见和建议请告诉我。

ขอโทษค่ะ เนื่องจากปัญหาของอากาศ เราจำเป็นต้องยกเลิกรายการท่องเที่ยว
ช่วงบ่ายค่ะ
对不起,由于天气原因,我们不得不取消下午的旅游项目。

คืนนี้เที่ยว / พักผ่อนตามอัธยาศัยค่ะ
今晚自由活动 / 休息。

พรุ่งนี้แปดโมงเช้าพบกันที่หน้าโรงแรมค่ะ
明天早上8点在宾馆门前集中。

กรุณาจัดสัมภาระให้เรียบร้อย และวางไว้หน้าห้องของคุณ ก่อนอาหารเช้าค่ะ
请在早餐前收拾好行李并放在各自房间的门前。

ขอให้ทุกท่านดูแลข้าวของและทรัพย์สินของตนเองให้ดี ๆ นะคะ
请各位保管好自己的行李与财物。

ให้เวลาชมครึ่งชั่วโมงค่ะ
游览时间为半个小时。

กรุณาขึ้นรถตรงเวลานะคะ
请准时上车。

ที่นี่ห้ามถ่ายรูปและถ่ายวีดีโอค่ะ
这儿禁止拍照和摄像。

ขอให้ทุกท่านเที่ยวให้สนุกค่ะ
祝大家玩得开心！

ขอให้ทุกท่านเดินทางโดยสวัสดิภาพค่ะ
祝大家一路顺风！

การแนะนำการท่องเที่ยว
旅 游 介 绍

(ประเทศจีน 中国)
ประเทศจีนเป็นประเทศที่ประวัติยาวนาน แผ่นดินกว้างใหญ่ไพศาล
และมีทรัพยากรธรรมชาติมากมายหลายอย่าง
中国是一个历史悠久、地大物博的国家。

ปักกิ่ง (เป่ยจิง) เป็นเมืองหลวงของประเทศจีน มีประวัติมายาวนาน
โบราณสถานที่มีชื่อเสียงมีมากมาย ที่สำคัญได้แก่ พระราชวังต้องห้าม (กู้กง)
สวนสาธารณะเทียนถาน (เทียนถานกงหยวน) กำแพงเมืองจีน (ฉางเฉิง) ฯลฯ
北京是中国的首都，历史悠久，名胜古迹很多，主要有故宫、天坛
公园、长城等。

ถ้าคุณไปเที่ยวเมืองซีอาน เมืองเอกของมณฑลส่านซี คุณต้องไปชมปิงหมาหย่ง
หรือหุ่นทหารและม้าของจิ๋นซีฮ่องเต้ ซึ่งเป็นมรดกทางวัฒนธรรมโลก
若您去陕西省的首府——西安旅游，您一定要去观赏世界文化遗产
兵马俑——守护秦始皇陵墓的土制军队。

มหานครเซี่ยงไฮ้เป็นหนึ่งในเมืองที่ใหญ่ที่สุดของจีน
上海是中国最大的城市之一。

เมืองหางโจวได้รับฉายาว่า "แดนสวรรค์บนดิน"
杭州获得"人间天堂"的美誉。

กุ้ยหลินเป็นเมืองท่องเที่ยวที่มีชื่อเสียงที่สุดแห่งหนึ่งของจีน จึงได้รับขนานนามว่าเมืองแห่ง "เขาเขียว น้ำใส ถ้ำแปลก หินงาม"
桂林是中国最著名的旅游城市之一，因此有"山青、水秀、洞奇、石美"之称。

เมืองคุนหมิงได้ชื่อว่าเป็นเมืองแห่งฤดูใบไม้ผลิ เพราะมีภูมิอากาศที่เย็นสบายตลอดทั้งปี ไม่ร้อนหรือหนาวจนเกินไป ในเมืองคุนหมิงมีสถานที่ท่องเที่ยวน่าสนใจหลายแห่ง เช่น <u>ป่าหิน</u> (สือหลิน) <u>วัดหยวนทง</u> (หยวนทงซื่อ) <u>หมู่บ้านชนกลุ่มน้อย</u> (หมินจู๋ชุน) เป็นต้น
昆明被称为"春城"，因为气温常年凉爽，不冷不热。在昆明，值得一游的地方很多,如石林、圆通寺、民族村等。

นครหนานหนิงมีต้นไม้สีเขียวและความร่มเย็นตลอดทั้งปี จึงได้สมญานามว่า "เมืองสีเขียวแห่งจีน"
南宁市终年绿树成荫，因而被称为"中国绿城"。

ถนนจงซาน หรือถนนซุนยัดเซน เป็นถนนที่ขึ้นชื่อในนครหนานหนิง ขายอาหารพื้นเมืองหลากหลายชนิด ที่สำคัญมี ก๋วยเตี๋ยวเพื่อนเก่าหรือหลาวโหย่วเฝิ่น ก๋วยเตี๋ยวหลอด ก๋วยเตี๋ยวแปดเซียน เป็ดมะนาว และปลาดิบ เป็นต้น
中山路是南宁有名的小吃街，具有地方特色的小吃品种繁多，主要有老友粉、卷筒粉、八仙粉、柠檬鸭、鱼生等。

ถ้าคุณสนใจ ก็มาร่วมงานเทศกาลเพลงพื้นเมืองนานาชาติและงานนิทรรศการจีน-อาเซียนประจำปีที่นครหนานหนิงได้
如果您感兴趣，可以来参加南宁每年一度的国际民歌节和中国—东盟博览会。

(ประเทศไทย 泰国)

สิ่งก่อสร้างของประเทศไทยมีเอกลักษณ์ความเป็นไทย
泰国的建筑有自己独特的风格。

ที่กรุงเทพฯ พระบรมมหาราชวังและวัดพระแก้วมรกตเป็นแหล่งท่องเที่ยว
ที่ได้รับความนิยมจากนักท่องเที่ยวเป็นอย่างยิ่ง
曼谷的大皇宫与玉佛寺是游客常去之地。

ที่เกาะภูเก็ต นอกจากได้ชมทิวทัศน์สวยงามแล้ว นักท่องเที่ยวยังสามารถ
เพลิดเพลินกับการนอนเล่นชายหาด หรือดำน้ำสำราญใจ
在普吉岛，除了可以欣赏秀丽风景，还可以躺在海滩上尽情享受，
或者体验潜水的乐趣。

บริการของไทยเป็นที่น่าประทับใจมาก สมกับฉายา "สยามเมืองยิ้ม" จริง ๆ
泰国人的服务非常贴心，是名副其实的"微笑暹罗"。

สุโขทัยและอยุธยาเป็นเมืองหลวงโบราณที่มีชื่อเสียงของไทย
素可泰与阿瑜陀耶（大城）是泰国著名的古都城。

ชาวไทยนับถือพุทธศาสนา วัดวาอารามจึงมีอยู่ทั่วประเทศ
泰国人信仰佛教，佛教寺庙遍布全国。

การไปเที่ยวตลาดน้ำ คุณไม่เพียงแต่จะได้สัมผัสกับวิถีชีวิตของชาวบ้านที่นั่น
ยังจะได้ชิมอาหารพื้นเมืองแสนอร่อยอีกด้วย
到水上市场一游，您不仅可以体验当地居民的生活，还可以品尝到
美味可口的地方小吃。

นักท่องเที่ยวสามารถไปซื้อทองรูปพรรณที่ทั้งสวยประณีต และราคาถูกที่
ไชน่าทาวน์ ถนนเยาวราช
游客可以到耀华力路的唐人街购买精美廉价的金首饰。

ศัพท์เพิ่มเติม
补充词汇

บริษัทท่องเที่ยว 旅游公司   หัวหน้าทัวร์ 领队

รถทัวร์ 旅游车   ภูเขา 山

แม่น้ำ 河流   น้ำตก 瀑布

ชายทะเล 海滨   หาดทราย 沙滩

กำหนดการ 日程   วัตถุโบราณ 古物

มรดกโลก 世界遗产   อุทยานแห่งชาติ 国家公园

สวนอุทยาน 森林公园   รีสอร์ทพักร้อน 避暑度假村

ขนบธรรมเนียมประเพณี 风土人情   จัตุรัสเทียนอันเหมิน 天安门广场

อนุสาวรีย์วีรชนประชาชน 人民英雄纪念碑

กีฬา
体育运动

วลีและรูปประโยค
常用词语和句型

เข้าร่วมการแข่งขัน	参加比赛
ผลการแข่งขัน	比赛结果
ออกกำลังกาย	锻炼身体
ช่วยลดความอ้วนได้	有助于减肥
ลดไขมันส่วนเกินของร่างกาย	消除身体多余的脂肪
มีประโยชน์ต่อร่างกาย	对身体很有好处
งานโอลิมปิก	奥林匹克运动会

คำถาม
 问 句

คุณชอบเล่นกีฬาอะไรบ้าง
你喜欢什么体育运动？

คุณชอบเล่นกีฬาประเภทไหนมากที่สุด
你最喜欢哪项运动？

คุณเคยเข้าร่วมการแข่งขันกีฬาอะไรมาบ้าง
你曾参加过哪些体育比赛？

คุณเล่นเทนนิสเก่งไหม
你网球打得好吗？

คุณเล่นบาสเกตบอลเป็นไหม
你会打篮球吗？

การแข่งขันวันนี้ใครชนะ / แพ้
今天的比赛谁赢 / 输了？

ทีมไหนแข่งกับทีมไหน
哪个队与哪个队比赛？

ผลการแข่งขันเป็นอย่างไรบ้าง
比赛的结果如何？

คำตอบ
回 答

ผมชอบเล่นกีฬา
我喜欢体育运动。

ดิฉันออกกำลังกายทุกวัน
我每天锻炼身体。

ผมวิ่ง / เล่นเทนนิส / เตะฟุตบอล / เต้นแอโรบิค / ปีนเขาบ่อย ๆ
我常常跑步 / 打网球 / 踢足球 / 跳健美操 / 爬山。

การออกกำลังกายมีประโยชน์ต่อร่างกายมาก
运动对身体很有好处。

ได้ยินมาว่าการออกกำลังกายบ่อย ๆ จะช่วยลดความอ้วนได้
听说经常锻炼有助于减肥。

การวิ่งทางไกลสามารถช่วยลดไขมันส่วนเกินของร่างกายได้
长跑能帮助消除体内多余的脂肪。

ดิฉันเล่นบาสเก็ตบอลไม่เป็น แต่เล่นปิงปองเป็น
我不会打篮球，但会打乒乓球。

เขาเป็นแฟนฟุตบอล
他是个足球迷。

เขาเป็นนักเทนนิสที่มีชื่อเสียงของประเทศไทย
他是泰国有名的网球运动员。

ผมชอบดูการแข่งขันว่ายน้ำ
我喜欢看游泳比赛。

สามต่อห้า
3比5。

เสมอกัน
平局。

ทีมแดงเอาชนะทีมเขียวในรอบชิงชนะเลิศ
红队在决赛中战胜绿队。

การแข่งขันวันนี้สนุกจริง ๆ
今天的比赛真有趣。

การแข่งขันครั้งนี้สนุกตื่นเต้นเหลือเกิน
这次比赛太精彩了。

เขาเคยเข้าร่วมการแข่งขันกีฬาระดับนานาชาติมาหลายครั้ง
他曾经参加过很多次世界性的体育比赛。

เขาเป็นเจ้าของแชมป์โลกปี ๑๙๙๙
他是1999年的世界冠军获得者。

กรุงเทพฯ เคยจัดงานเอเชียนเกมส์มาแล้ว ๔ ครั้ง
曼谷曾举办过4次亚洲运动会。

กรุงปักกิ่งเป็นเจ้าภาพในการจัดงานกีฬาโอลิมปิก ปี ๒๐๐๘
北京是2008年的奥运会主办城市。

งานโอลิมปิกจะจัดที่นครริโอเดอจาเนโรของประเทศบราซิลในปี ๒๐๑๖
2016年，奥林匹克运动会将在巴西里约热内卢举行。

ศัพท์เพิ่มเติม

补充词汇

แบดมินตัน 羽毛球
สเก็ต 滑冰
กรีฑาประเภทลู่และลาน 田径运动
กระโดดสูง 跳高
ยิมนาสติก 体操
ไทเก็ก 太极拳
กรรมการตัดสิน 裁判员
กองเชียร์ 啦啦队
ห้องฟิตเนส 健身房
ทำลายสถิติ 打破纪录
วอลเล่ย์บอล 排球
ดำน้ำ 潜水
วิ่งมาราธอน 马拉松跑
ยกน้ำหนัก 举重
มวยไทย 泰拳
นักกีฬา 运动员
โค้ช 教练员
สนามกีฬา 运动场
สถิติโลก 世界纪录
การวิ่งทน 长跑

นันทนาการ

娱 乐

วลีและรูปประโยค
常用词语和句型

ได้รับความนิยม	受欢迎
ฉายวันละกี่รอบ	一天放映几场
คำบรรยาย/พากย์ภาษาจีน	中文字幕 / 配音
กำกับภาพยนตร์	导演电影
เล่น/บรรเลงเครื่องดนตรีเป็น	会演奏乐器
นักดนตรีมืออาชีพ/สมัครเล่น	专业 / 业余音乐家
ดนตรีคลาสสิก/ร่วมสมัย	古典 / 现代音乐

ภาพยนตร์และโทรทัศน์

影 视

คำถาม

 问 句

ช่วงนี้ฉาย<u>หนัง</u> (ภาพยนตร์) เรื่องอะไรคะ
这段时间放映什么电影?

หนังเรื่องนี้ฉายวันละกี่รอบคะ
这部电影一天放映几场?

รอบแรก / รอบหน้าเริ่มกี่โมงคะ
第一场/下一场几点开始？

หนังเรื่องนี้มีเนื้อหาเกี่ยวกับอะไรคะ
这部电影是关于什么内容的？

หนังเรื่องนี้เป็นหนังใหม่หรือเปล่าคะ
这部电影是新出的吗？

ไม่ทราบว่าตั๋วใบละเท่าไรคะ
请问门票多少钱一张？

ใครเป็นนางเอก / พระเอกในหนังเรื่องนี้คะ
谁是电影的女主角/男主角？

หนังเรื่องนี้แปลเป็นภาษาไทยหรือยังคะ
这部电影已经译成泰文了吗？

คำตอบ

回 答

ช่วงนี้หนังเรื่อง "รักแห่งสยาม" กำลังได้รับความนิยม
这段时间电影《暹罗之恋》很受欢迎。

ฉายวันละ ๓ รอบ
每天放映3场。

รอบบ่ายเริ่มบ่าย ๔ โมง
下午场4点开映。

ตั๋วใบละ ๙๙ บาท
电影票每张99铢。

หนังเรื่องนี้เกี่ยวกับสงครามโลกครั้งที่สอง
这部电影是关于二战的。

หนังประเภทกำลังภายในของจีนได้รับความนิยมมากในประเทศไทย
中国的武打片在泰国很受欢迎。

หนังเรื่องนี้ไม่มีพากย์ภาษาจีน แต่มี<u>คำบรรยาย</u> (สับไตเติ้ล) เป็นภาษาจีน
这部电影没有汉语配音，但有中文字幕。

ผมชอบดูทีวีช่อง X เพราะมีรายการ "เกมเศรษฐี"
我喜欢看电视X台，因为有《大富豪》节目。

เขาติดละครโทรทัศน์เรื่องนี้มาก
他对这部电视剧很着迷。

ผู้กำกับภาพยนตร์คนนี้ได้กำกับภาพยนตร์ดัง ๆ มาหลายเรื่อง
这位导演曾导演过几部著名的影片。

นักเรียนจำนวนมากชอบดาราคนนี้
很多学生喜欢这个明星。

ดาราคนนี้ดังมาก
这位明星很红。

ข่าวลือเกี่ยวกับดาราคนนี้มีไม่น้อยทีเดียว
有关这位明星的绯闻真不少。

หนังเรื่องนี้เด็กอายุต่ำกว่าสิบหกปีห้ามเข้าชม
16岁以下的少年儿童禁止观看这部电影。

ดนตรี

音乐

คำถาม

问 句

เวลาว่าง ๆ คุณมักจะทำอะไรบ้างคะ
空闲的时候你常做些什么？

คุณฟังดนตรีบ่อยไหมคะ
你常听音乐吗？

คุณชอบฟังดนตรีอะไรคะ
你喜欢什么音乐？

คุณเล่นเครื่องดนตรีอะไรได้บ้างคะ
你会演奏什么乐器？

คุณบรรเลงพิณกู่เจิงเป็นไหมคะ
你会弹古筝吗？

คุณไปดูคอนเสิร์ตบ่อยไหมคะ
你常去参加音乐会吗？

คุณชอบนักร้องคนไหนมากที่สุดคะ
你最喜欢哪位歌星？

คำตอบ

回 答

คอนเสิร์ตของ X สนุกมาก
X的音乐会很精彩。

นักร้องคนนี้เพิ่งไปจัด<u>การแสดง</u> (คอนเสิร์ต) ที่ต่างประเทศ
这位歌星刚到国外举办个人演唱会。

เขาเป็นแฟนเพลงของ X
他是X的歌迷。

เพลงนี้กำลัง<u>นิยม</u> (ฮิต) ทั่วประเทศ
这首歌曲正风靡全国。

เขาเป็น<u>นักดนตรีมืออาชีพ / นักดนตรีสมัครเล่น</u>
他是<u>音乐家/音乐爱好者</u>。

อัลบั้มเพลงชุดนี้กำลังวางจำหน่ายในท้องตลาด
这张专辑正在热卖。

ดิฉันรู้สึกว่าเพลงลูกทุ่งเพราะกว่าเพลงร็อก
我觉得乡村歌曲比摇滚歌曲好听。

▨ ผมชอบดนตรี<u>ประเภทคลาสสิก / ประเภทร่วมสมัย</u>
我喜欢<u>古典/现代</u>音乐。

▨ เขาเล่นไวโอลินเป็นงานอดิเรก
他把拉小提琴作为业余爱好。

▨ พวกเราชอบไปเต้นรำในวันสุดสัปดาห์
我们周末喜欢去跳舞。

▨ ดิฉันกำลังเรียนนาฏศิลป์ไทยอยู่
我正在学泰国舞蹈。

ศัพท์เพิ่มเติม
补 充 词 汇

ศิลปะ 艺术	ศิลปิน 艺术家
ละครพูด 话剧	ละครร้อง 歌剧
งิ้วปักกิ่ง 京剧	เพลงป๊อป 流行歌曲
เพลงพื้นบ้าน 民歌	นักแสดง 演员
ผู้ชม 观众	นางแบบ 女模特
นายแบบ 男模特	ร้องเพลง 唱歌
เนื้อร้อง 歌词	โน้ตเพลง 歌谱
คาราโอเกะ 卡拉OK	งานลีลาศ 舞会
ชีวิตยามราตรี 夜生活	

泰国概况

　　素有"微笑之邦"之美誉的泰王国（The Kingdom of Thailand）位于中南半岛中南部，面积513 115平方公里，与柬埔寨、老挝、缅甸、马来西亚接壤，东南临泰国湾，西南濒安达曼海。全年分为夏季、雨季和旱季三个季节，年均气温在24～30℃之间。全国人口为6 512万（2014年12月），有30多个民族，其中泰族为主要民族，占人口总数的40%；泰国的华人华侨以经商为主，在党、政、军、工、商、科教文卫界要人中也不乏大量华人后裔，这些华裔担任过或正在担任政府总理、副总理、议长和部长等要职。泰国的华侨、华人社团不下400个，以曼谷的中华总商会影响最大。泰语为国语。90%以上的居民信仰佛教，因此又享有"黄袍佛国"和"千佛之国"的美称。首都曼谷(Bangkok)位于泰国中部，人口约为569万，是全国政治、经济、文化和交通中心，被列为东南亚第二大城市。泰国实行君主立宪制。

　　货币名称：铢（Bath）

　　外币兑换率：1美元≈35铢（2015年07月）

　　时差：曼谷时间比北京时间晚一个小时

　　历法：佛历（佛历年–543=公历年）

　　国际长途电话代码：0066

　　求助电话号码：119

主要旅游城市：曼谷、清迈、普吉

主要旅游景点：大皇宫、玉佛寺、卧佛寺、鳄鱼潭

主要旅游区：帕塔亚、普吉岛、苏梅岛、金三角、阿育塔亚

特产：泰丝、木雕、牛角工艺品、皮革制品、宝石

传统节日：泼水节（公历4月13日～15日）

　　　　　水灯节（阴历十二月十五日）

　　　　　万佛节（阴历三月十五日）

礼仪及禁忌

1. 泰国人名在前，姓在后。称呼时一般称呼名，不称呼姓，并习惯在名字、称谓、职务前加"คุณ"或"ท่าน"以表示尊重，意为"先生""女士"或"小姐"等。

2. 泰国人见面和分别时习惯行合十礼，同时说"สวัสดีค่ะ（ครับ）"，对不同身份、地位的人，双掌的位置也不同。举得越高，表示越尊敬。地位较低或年纪较轻者应先合十致意。向僧侣行礼，拇指指尖应触及眉间；向师长行礼，指尖应触及鼻尖；向长辈行礼，指尖应触及下巴；平辈间行礼或长辈还礼，只需举至胸前。

3. 对泰国人来说，头是神圣不可侵犯的，所以不要触碰泰国人的头部。孩子的头只允许国王、高僧或父母抚摩。理发师在理发前，先要说声"对不起"之类的话后才开始理发。当一人向另一人传递东西时，切勿越过他人的头顶传递。

4. 在泰国人眼里，左手被视为不洁净，所以接递东西时都要用右手，以示尊敬。如不得已要用左手时，应先说声"左手，请原谅！"

5. 脚被视为低贱的东西，所以不能用脚指东西示意，不能用脚踢东西给别人；坐或睡时不能把脚掌对着别人或佛像等。

6. 泰国僧侣的社会地位很高，女性遇见僧侣时要留意，不要触及他们的身体，否则会被视为亵渎。遇见女尼时，男子亦要小心，不要触及她们的身体。另

外，晴天在路上遇到他们时，必须绕开他们的身影，不能从身影上跨过，否则是对他们不尊重的表现。

7. 游览佛寺时，衣着要整洁，袒胸露背者及穿短裤、背心者禁止入内。在进入佛殿前要脱鞋。不要触摸佛像。

8. 进出佛殿或住宅时，不能踩门槛。

9. 泰国人喜欢"9"这个数字，因为泰文"9"的发音与"进步，前进"一词谐音。他们不喜欢数字"6"，因为"6"与"摔倒"同音。

经济状况

在东盟十国中，泰国是第二大经济体，仅次于印度尼西亚。2011年，泰国发生严重水灾，全年GDP增长仅有0.1%。2012年，泰国经济显著好转，增长6.4%。由于国内政治的不稳定，2013年GDP增长放缓至2.9%，2014年第四季的固定资产投资上升3.2%。2015年1月，泰国银行表示现行货币政策的宽松程度足以支持经济增长，连续七次保持政策利率不变，仍定为2%。

泰国自然资源丰富，主要有钾盐、锡、褐煤、油页岩、天然气，还有锌、铅、钨、铁、锑、铬、重晶石、宝石和石油等，其中钾盐储量为4 070万吨，居世界第一位，锡储量约为120万吨，占世界的12%。油页岩储量达187万吨，褐煤储量约为20亿吨，石油储量为1 500万吨。泰国的生物资源也十分丰富，森林覆盖率达25%，有30多万种植物，且有不少属珍贵林木。丰富的资源为泰国的经济发展和人民生活水平的提高创造了优异的条件。

泰国主要工业门类有：采矿、纺织、电子、塑料、食品加工、玩具、汽车装配、建材、石油化工等。

农业方面，全国可耕地面积约为1.4亿莱（1莱＝1 600平方米），占国土面积的41%，主要农作物有稻米、玉米、木薯、橡胶、甘蔗、绿豆、麻、烟草、咖啡豆、棉花、棕油、椰子果等，是世界上著名的大米生产国和出口国，稻米出口额约占世界市场交易额的1/3。农产品的出口是泰国外汇收入的主要来源之一。

泰国海域辽阔，海岸线长达2 705公里，是世界市场主要鱼类产品供应国之一，是位于日本和中国之后的亚洲第三大海洋渔业国。泰国湾和安达曼海是丰富的海洋天然渔场，此外还有1 100多平方公里的淡水养殖面积。曼谷、宋卡、普吉等地是重要的渔业中心和渔产品集散地。

泰国旅游业发展迅猛，已成为外汇收入的主要来源。2014年赴泰的外国游客为24 779 768人，同比减少6.66%。游客主要来自中国、马来西亚、俄罗斯、日本、韩国等。主要旅游点除曼谷、普吉、清迈和帕塔亚外，清莱、华欣、苏梅岛等一批新的旅游点发展较快。国内服务业发达，宾馆、饭店、餐饮、购物等配套设施齐全。泰国人出境游也很普遍，2013年泰国赴外国旅游人数为764万人，2014年达823万人。

贸易与投资

泰国是全球重要的电子产品制造国之一，主要出口产品有计算机及零件、汽车及零件、机器及设备等，而主要进口产品有原油、电子及电动器具零件、化工、汽车及零件等。受到全球需求放缓的影响，2014年，泰国的出口收缩0.3%，总额为2 248亿美元。出口下降主要是因为农产品价格下跌，以及中国(泰国最大出口市场)的经济增长减慢。

由于原油、机械及计算机进口减少，2014年进口缩减8.5%，总额为2 002亿美元。2014年泰国四大贸易伙伴依次为中国内地、日本、美国和马来西亚。

外商直接投资除涉及国家安全、农渔业，以及传媒等项目外，泰国允许外商在其余所有行业投资。2008年7月，泰国修订民法和商法，简化投资程序，将公司注册所需时间由9天减至1天，并将股东的最低数目从7个减至3个。在世界银行《2015年全球营商环境调查报告》中，泰国的营商便利程度排名为第26位，在东南亚排名第三。泰国投资促进委员会指出，由于政治环境在2014年中开始转趋稳定，2014年获审批的外商直接投资增加1%，总额为4 835亿泰铢（147亿美元）。日本是最大的外商直接投资来源地，其后是欧盟、美国及中国。外商直接投资大部分流入汽车、电子零件及设备制造业。

贸易政策为履行加入世界贸易组织的承诺，泰国已降低关税税率，并减少征收进口关税的产品数目。2005年1月，泰国政府大幅度降低一系列产品的进口关税：原材料从7%降低至1%，半制成品从12%降至5%，制成品降至10%。2013年，农产品及非农产品的最惠国关税率平均分别为29.9%及8.3%。

泰国是东盟成员。中国—东盟自由贸易区于2010年1月正式成立，目前在中国与泰国之间的贸易中，超过90%产品免征关税。2014年，中国与泰国的双边贸易额达636亿美元，比2010年增加39%。以2014年计，中国是泰国最大的贸易伙伴。

中泰关系

1975年7月1日，中国与泰国建立外交关系。两国关系保持健康稳定发展。2001年8月，两国政府发表《联合公报》，就推进中泰战略性合作达成共识。2012年4月，两国建立全面战略合作伙伴关系。2013年10月，两国政府发表《中泰关系发展远景规划》。

两国保持高层密切交往。历届中国领导人先后访泰或赴泰出席会议。2000年，泰国诗丽吉王后代表普密蓬国王对中国进行访问。哇集拉隆功王储、诗琳通公主、朱拉蓬公主等王室成员多次访华，历任总理、国会主席和军队领导人亦曾访华。

两国互设大使馆。中国在泰清迈、宋卡、孔敬设有总领馆，在普吉设有领事办公室。泰国在广州、昆明、上海、香港、成都、厦门、西安、南宁、青岛设有总领馆。

中国是泰国最大贸易伙伴，泰国是中国在东盟国家中第四大贸易伙伴。2014年中泰双边贸易额为726.7亿美元，同比增长2%，其中中国出口343亿美元，同比增长4.8%，进口383.7亿美元，同比下降0.4%。

2014年，泰国来华直接投资新增0.61亿美元，同比下降87.5%。中国对泰非金融类直接投资新增3.7亿美元，同比下降5.6%。中国企业在泰新签对外承包工程、劳务合作和设计咨询合同额17.8亿美元，同比下降21.9%，完成营业额18.4亿美元，同比增长39.4%。

1985年中泰两国成立部长级经贸联委会。2003年6月升格为副总理级。

中泰两国在科技、教育、文化、卫生、司法、军事等领域的交流与合作稳步发展。两国人员往来密切，2014年中国大陆赴泰游客 为442.21万人次，泰国来华游客为61.31万人次。

双方成立了泰中友好协会（1976年）、中泰友好协会（1987年）。两国已缔结30组友好城市和省府。

来源：中华人民共和国外交部、中国驻泰国经商参处、泰国商务部、开泰研究中心有限公司、香港贸发局

图书在版编目（CIP）数据

新编泰国语口语：MPR 出版物 / 黄天源主编. —修订本.—南宁：广西教育出版社，2016.12（2018.5 重印）
（东南亚国家语言口语丛书）
ISBN 978-7-5435-8104-3

Ⅰ. ①新… Ⅱ. ①黄… Ⅲ. ①泰语-口语 Ⅳ. ①H412.94

中国版本图书馆 CIP 数据核字（2016）第 105705 号

策划编辑：孙　梅
组稿编辑：孙　梅　陈文华
中文统筹：孙　梅　陈文华
责任编辑：孙　梅　陈文华
特约编辑：宋志寿
装帧设计：王　霞
录音光盘责编：孙　梅　陈文华　黄　媛

出 版 人：石立民
出版发行：广西教育出版社
地　　址：广西南宁市鲤湾路 8 号　　邮政编码：530022
电　　话：0771-5865797
本社网址：http://www.gxeph.com
电子信箱：gxeph@vip.163.com
印　　刷：广西壮族自治区地质印刷厂
开　　本：890㎜×1240㎜　1/32
印　　张：7.5
字　　数：200 千字
版　　次：2016 年 12 月第 1 版
印　　次：2018 年 5 月第 2 次印刷
书　　号：ISBN 978-7-5435-8104-3
定　　价：23.50 元（含光盘）

如发现印装质量问题，影响阅读，请与出版社联系调换。